ഗ്രീൻ ബുക്സ്

# എന്റെ തോന്ന്യാസങ്ങൾ

## മാടമ്പ് കുഞ്ഞുകുട്ടൻ

നോവലിസ്റ്റ്, തിരക്കഥാകൃത്ത്, അഭിനേതാവ്.
തലപ്പിള്ളി താലൂക്ക് കിരാലൂർ വില്ലേജിൽ
മാടമ്പ് മനയ്ക്കൽ ശങ്കരൻ നമ്പൂതിരി
മകൻ ശങ്കരൻ എന്ന കുഞ്ഞുകുട്ടൻ കൊച്ചിശ്ശീമയിലെ
കൊടുങ്കാറ്റിനുശേഷം (21-06-1941) ജനിച്ചു.

ആനപ്പണി പഠിച്ചു; ശാന്തിപ്പണിയും ചെയ്തു.
*അവിഘ്നമസ്തു, ഭ്രഷ്ട്, അശ്വത്ഥാമാവ്,*
*എന്തരോ മഹാനു ഭാവലു, കോളനി, മരാരാശ്രീ,*
*പോത്ത്, നിഷാദം, സാവിത്രിദേ ഒരുവിലാപം,*
*മഹാപ്രസ്ഥാനം, സാധനാലഹരി, ആത്മകഥ,*
*പുതിയ പഞ്ചതന്ത്രം, കുഞ്ചൻ നമ്പ്യാരുടെ പഞ്ചതന്ത്രം,*
*ആ...ആ... ആനക്കഥകൾ, അമൃതസ്യപുത്രഃ, ആര്യാവർത്തം,*
*ചക്കരക്കുട്ടിപ്പാറു* തുടങ്ങിയ കൃതികൾ എഴുതി.

ഭാര്യ: സാവിത്രി (അന്തരിച്ചു).

രണ്ട് കുട്ടികൾ. ഇപ്പോൾ ഇല്ലത്ത് സ്വസ്ഥം.

വിലാസം: മാടമ്പ് മന, കിരാലൂർ - 680 601.

## മുഖക്കുറി

മാടമ്പിന്റെ ജീവിതം ഒരു നേർരേഖാ പ്രയാണമല്ല. അതുകൊണ്ടുതന്നെ ഇതൊരു ക്രമാനുഗതമായ ആത്മകഥയുമല്ല. അർത്ഥപൂർണ്ണമായ ഒരു ജീവിതത്തിന്റെ വൈരുദ്ധ്യവും സമന്വയവും മൗനവും അദ്ദേഹത്തിന്റെ ഈ കൃതിയിൽ നിറയുന്നുണ്ട്. ശാന്തിക്കാരനും ആനക്കാരനും താന്ത്രിക സാധകനും സിനിമാക്കാരനും എഴുത്തുകാരനും ഒറ്റയാനായി നടന്ന തോന്ന്യാസിയും നൊസ്സനുമൊക്കെയായി പകർന്നാടിയ മാടമ്പിന്റെ പല വേഷങ്ങൾ...

ഓത്തും ത്യാഗപ്പെരുമയുംകൊണ്ട് പ്രസിദ്ധമായ മാടമ്പ് മനയുടെ നാലകങ്ങളിൽ എങ്ങനെ ഒരു എഴുത്തുകാരൻ അക്കാദമികാലങ്കാരങ്ങളില്ലാതെ പിറവിയെടുക്കുന്നുവെന്ന് 'എന്റെ തോന്ന്യാസങ്ങളി'ൽ നിങ്ങൾക്ക് വായിച്ചെടുക്കാവുന്നതാണ്.

**കൃഷ്ണദാസ്**
*മാനേജിങ് എഡിറ്റർ*

ആത്മകഥാകുറിപ്പുകൾ

# എന്റെ തോന്ന്യാസങ്ങൾ

മാടമ്പ് കുഞ്ഞുകുട്ടൻ

ഗ്രീൻ ബുക്സ്

green books private limited
gb building, civil lane road, ayyanthole,
thrissur- 680 003, kerala, ph: +91 487-2381066, 2381039
website: www.greenbooksindia.com
e-mail: info@greenbooksindia.com

*malayalam*
**ente thonnyasangal**
*autobiographical notes*
*by*
matampu kunjukuttan

first published june 2011
reprinted december 2022


cover design : rajesh chalode

branches:
thrissur 0487-2422515
thiruvananthapuram 0471-2335301
calicut 0495 4854662

isbn : 978-93-80884-17-2

---



₹ 180.00
GBPL/367/2011/X002

ഒന്ന്

# കഥയില്ലായ്മകൾ

**പ**ണ്ഡിതരാജതാർക്കികതിലകം! എന്തൊരു മുഴക്കമുള്ള ബിരുദം. പട്ടുസാൽവ പുതച്ച് വീരശൃംഖല മിന്നി, ശിഷ്യവൃന്ദം അകമ്പടി സേവിച്ച് ശിവശിവ! അതായിരുന്നു മോഹം. എന്നിട്ടോ ശാന്തിക്കാര നായി. ആനക്കാരനായി. ഒടുക്കം തട്ടിത്തിരിഞ്ഞ് ഒരെഴുത്തുകാരനും. പൊളിക്കഥ എഴുതുന്ന ഒരാള്. ഇപ്പൊ അതും കഷ്ടി. അച്ചടിക്കാനാ ളില്ല.

എന്തുവേണമെങ്കിലും ആവാമായിരുന്നു. പഠിപ്പിക്കുവാൻ പറ്റിയ ഗുരുക്കന്മാർ. ഇണങ്ങിയ ചുറ്റുപാട്. ഓത്തും സംസ്കൃതവും വേണ്ടാ ച്ചാൽ ഇംഗ്ലീഷ്. അല്ലെങ്കിൽ രണ്ടും. ഇല്ലത്തെ സ്കൂളുണ്ട്. എന്നിട്ടും പോണം എന്നുണ്ടായില്ല. മൂന്നുമൂന്നര സ്കൂളിലായി പത്തിൽ വിസ്ത രിച്ചു തോറ്റു. മൂന്നര എന്നുപറഞ്ഞത്, ആറിൽ ചേരും മുൻപ് ഒരു പരിചയമായിക്കോട്ടെ എന്നു കരുതിയാവാം വേലൂര് പള്ളിസ്കൂളിൽ കൊണ്ടിരുത്തിയിരുന്നു. പിന്നെ കുറെക്കഴിഞ്ഞ്, ട്യൂട്ടോറിയൽ മാഷായി. അതുകഴിഞ്ഞ് മാതംഗലീലയും തർക്കസംഗ്രഹവും നോക്കി. അപ്പോഴൊക്കെ കഥയെഴുത്തുകാരോടു പുച്ഛമായിരുന്നു. പക്ഷേ, ഒടുവിൽ നാലാളുടെ ഒപ്പം ഇരിക്കാറായത് എഴുത്തുകാരൻ എന്ന നിലയ്ക്കാണ്.

തലപ്പിള്ളി താലൂക്ക് കിരാലൂര് വില്ലേജ് ദേശത്ത് പൊറക്കുടി ഞ്ഞത്ത് മഠത്തിൽ എളമണ്ണ് എന്നും ഇല്ലപ്പേരുള്ള മാടമ്പ് ഒട്ടും പ്രഭു ക്കളല്ല. പാട്ടമിച്ചവാരത്തിന്റെ കണക്കുനോക്കിയാണ് പ്രഭുത്വം നിശ്ചയി ച്ചിരുന്നത്. ലക്ഷവും ലക്ഷാധികവും പാട്ടംകിട്ടുന്ന കുറച്ചു പ്രഭു കുടുംബങ്ങളുണ്ടായിരുന്നു. പൂമുള്ളി, ദേശമംഗലം, ഒളപ്പമണ്ണ, വരി ക്കാശ്ശേരി, കോതര, അവണപ്പറമ്പ് എന്നിങ്ങനെ. ഏലംകുളം നമ്പൂതിരി പ്പാടും ഒപ്പം നിക്കും എന്നും കേട്ടിട്ടുണ്ട്. അൻപതിനായിരം പറ. അവിടെ ഒരു പറ അറുപതു നാഴിയാകുന്നു. ഇവിടെ നാൽപ്പത്! ഞങ്ങൾ നന്നെ പരുങ്ങിയ ഇല്ലം. ഭാഗം വയ്ക്കുമ്പോൾ അൻപത്തിമൂന്ന് അംഗങ്ങളുണ്ട്.

ആളൊന്നുക്ക് കഷ്ടിച്ച് നൂറു പറ നെല്ല്. കുറച്ചു കൈവശംണ്ട്. ഇത്തിരി പുറംപറമ്പും. ആറാട്ടുപുഴേം കുറച്ച് വസ്തൂണ്ട്. അവിടെ അമ്പലത്തിലെ ഊരാണ്മക്കാരിൽ ഒരില്ലമാണ്. എടക്കുളത്തൂരും ഭൂമീണ്ട്. ഉപായത്തില് ഒരു നമ്പൂതിരി ജന്മി!

മാടമ്പ് ആറാട്ടുപുഴയിൽ നിന്നു വന്നവരാണ്. സാധാരണ കർമി. യാഗാധികാരി. ഓത്തും സംസ്കൃതവും മാത്രം. മുത്തശ്ശനും കൂടി കർമിയായി. പിന്നെ ആരും യാഗം ചെയ്തില്ല. കിരാലൂരിൽ രണ്ട് ഇല്ല ങ്ങളേ ഉള്ളൂ. പുതുവായ, മാടമ്പ്. അവണപ്പറമ്പ് ഈ നാട്ടുകാരനായി രുന്നു-ത്രെ! ഇപ്പൊ കുമ്പളങ്ങാട്. ദേശമംഗലവും അടുത്താണ്. ആറു നാഴിക വടക്ക്. ദേശമംഗലം, അവണപ്പറമ്പ്, എടോഴിപ്പുറം, മാടമ്പ്- നാല് ഇല്ലക്കാരും പെരുമനം ഗ്രാമത്തിൽ കപ്ലിങ്ങാട്ടുകൂറുകാരായ പ്രമാണിമാരാണ് - മാടമ്പിന്റെ പ്രമാണിത്തം ഓത്തിൽ മാത്രം. ദേശ മംഗലവുമായി കുറഞ്ഞൊരു ഇഴയടുപ്പം ഉണ്ടായിരുന്നു. രണ്ടുപേരും മൂലേ പെരുമ്പടപ്പിന്റെ ശിഷ്യന്മാർ. ആ ഇല്ലത്ത് ആളു കുറഞ്ഞു. മാടമ്പിൽ കൂടി. അങ്ങനെ ദേശമംഗലത്തുള്ളവരെ ഓത്തു ചൊല്ലി ക്കൽ മാടമ്പായി. ആദ്യമൊക്കെ ദേശമംഗലത്തുള്ളവർ മാടമ്പിൽ താമ സിച്ച് ഓത്തുചൊല്ലി. എ.കെ.ടി.കെ.എം. ഗുപ്തൻ നമ്പൂതിരിയുടെ അച്ഛൻ അങ്ങനെ കുറച്ചുനാൾ താമസിച്ചിട്ടുണ്ടെന്ന് കേട്ടിട്ടുണ്ട്. എനിക്കു തോന്നുമ്പോൾ ഓത്തു ചൊല്ലിച്ചിരുന്നില്ലെങ്കിലും ഒരു മുത്തപ്ഫൻ - അഷ്ടമൂർത്തിയപ്ഫൻ-ദേശമംഗലത്തെ കഥയൊക്കെ പറഞ്ഞ് ഇല്ലത്തുണ്ടായിരുന്നു. ഒരപ്ഫൻ-വാസുദേവൻ - തൃശൂര് ദേശമംഗലത്ത് ആശ്രിതനായി താമസിച്ചിരുന്നു. ഈ അഷ്ടമൂർത്തി യപ്ഫനാണ് ഞങ്ങളെയും നിത്യകർമങ്ങൾ പഠിപ്പിച്ചതും സ്വരമുണ്ടാ ക്കാൻ ശ്രമിച്ചതും. എന്റെ ഏട്ടൻ നാരായണൻ, പത്മനാഭപ്ഫന്റെ മകനായ അനിയേട്ടൻ, പിന്നെ ഞാനും. ഞങ്ങൾ മൂവരെയും ഒരുമി ച്ചാണ് ഉപനയിച്ചത്. ഞങ്ങൾ യജുർവേദികളാണ്. യജുർവേദം ചങ്ങ തയും ശാഖയുമായി തിരിച്ചിട്ടുണ്ട്. ഓത്തനാവണമെങ്കിൽ ശാഖയും വേണം. രണ്ടും കൂടിയാൽ ഏതാണ്ട് ഋക്കിനോളം വരും. പതിനെ ണ്ണായിരം ഗ്രന്ഥം. ഗ്രന്ഥം എന്നു പറഞ്ഞാൽ ലൗകികകണക്കാണ്. കാവ്യത്തിന്റെ ഭാഷ. പുരാണേതിഹാസങ്ങളിലെ പദസംഖ്യ. ഒരു ഗ്രന്ഥം 32 അക്ഷരം. യജുസ്സ് നാൽപ്പത്തിനാല് പർവ്വങ്ങളായി തിരി ച്ചിരിക്കുന്നു. അയമ്പത് പദം, ഒരു പഞ്ഞാദിയായി ഓർമിക്കുവാൻ എളുപ്പത്തിനും പകുത്തിട്ടുണ്ട്. ചങ്ങത (സംഹിത) 108516 പദങ്ങളാ കുന്നു. ശാഖ ഏതാണ്ട് ചങ്ങതയുടെ 65% വരും. യജുസ്സ് ഗദ്യപദ്യ

സമ്മിശ്രമാണ്. ചൊല്ലുന്നതു കേട്ടാൽ ഗദ്യവും പദ്യവും വേർതിരിച്ചറിയില്ല. അന്യചിന്തകളില്ലാതെ മൂന്നുകൊല്ലം മെനക്കെട്ടാലേ ചങ്ങത വെടുപ്പാവൂ. തോന്നിയാൽപ്പോര, ഒരു വെളിച്ചം ആവണംച്ചാൽ നിരന്തര സ്വാധ്യായം വേണ്ടിവരും.

ഞങ്ങൾ ഏട്ടനും അനിയേട്ടനും ഞാനും തികച്ചും മൂന്നുകൊല്ലം ഒന്നിച്ചിരുന്നു. വിധിപ്രകാരമുള്ള എല്ലാ വ്രതാനുഷ്ഠാനങ്ങളും ഉണ്ടായി. അപ്പോഴേക്കും ഓത്തന് വെല നന്നേ കുറഞ്ഞിരുന്നു. കുടുമേം പൂണൂലും നാട്ടുകാർക്ക് കളിയാക്കിച്ചിരിക്കുവാനുള്ള കോപ്രായമായി മാറിക്കഴിഞ്ഞിരുന്നു. നമ്പൂരിച്ചാൽ സൂരിനമ്പൂരി. ചെറുവിരൽ വിറപ്പിച്ച് നോം–നോം–എന്ന വിഡ്ഢിച്ചിരി നാലുപുറവും പാറ്റിത്തുപ്പി– അങ്ങനെ ഓത്ത് നിന്നു! അഥവാ നിർത്തി! ചൊല്ലിച്ചിരുന്ന അഷ്ടമൂർത്തിയപ്ഫന് ഏതാണ്ട് അയമ്പതു വയസ്സ് ഏറും. അന്നേക്ക് അദ്ദേഹം കർക്കശാധ്യാപകനല്ലാതായിത്തീർന്നിരുന്നു. ആദ്യകാല ശിഷ്യന്മാരൊക്കെ നല്ല ഓത്തന്മാരായി. പിന്നെ കാലമാറ്റവും ഉണ്ട്. ബ്രാഹ്മണ്യം പ്രഭുത്വത്തിന് വിടുപണി തുടങ്ങിയിരുന്നു. അതിനുമുൻപ് ഓത്തും ശാസ്ത്രോം ഇല്ലെങ്കിൽ മാന്യസ്ഥാനം തരാവില്ലായിരുന്നു. അക്കാലം മാറി. ചിലാനം കിട്ടില്ലാന്നു മാത്രമല്ല പുച്ഛോം. അങ്ങനെ വേദപാരമ്പര്യം മാടമ്പിൽ നിലച്ചു! ഒരുപക്ഷേ, പെരുമനം ഗ്രാമത്തിലെ യജുർവേദപാരമ്പര്യവും നശിച്ചു എന്നു പറയുന്നതാവും ശരി.

## കൊടുങ്ങല്ലൂരിലെ ഗുരു

**മാ**ടമ്പ് ശങ്കരൻ ശങ്കരൻ എന്നാണ് സംസ്കാരസിദ്ധമായ പേര്. അച്ഛൻ ശങ്കരൻ, മുത്തശ്ശനും ശങ്കരൻ. അപ്പോൾ അമ്മയ്ക്കും മുത്തശ്ശിക്കും ആ പേര് വിളിക്കാൻ വയ്യ! അങ്ങനെ കുഞ്ഞുകുട്ടനായി. ഇപ്പോൾ അഭിവാദ്യത്തിനു മാത്രേ ആ പേര് ഓർമിക്കാറുള്ളൂ. ഞങ്ങൾ എട്ടു മക്കളാണ്. ആദ്യം മൂന്ന് പെണ്ണ്. പിന്നെ ഏട്ടൻ, ഞാൻ, രണ്ടനിയന്മാർ. പിന്നൊരു പെണ്ണ്. ഏട്ടൻ നാരായണൻ നാൽപ്പതു കൊല്ലമായി ആസ്ട്രേലിയയിലാണ്. സിഡ്നി. നേരെ അനിയൻ വാസുദേവനും ഇരുപതുകൊല്ലമായി സിഡ്നിയിൽത്തന്നെ. ഒടുക്കത്തെ അനിയൻ ചിത്രഭാനു ഇല്ലത്തുണ്ട്.

ചിത്രഭാനു എന്ന പേരായ ഒരു മുത്തപ്ഫനുമുണ്ടായിരുന്നു. കൊടുങ്ങല്ലൂർകോവിലകത്തെ ഭട്ടൻതമ്പുരാന്റെ ശിഷ്യൻ. അവിടെ ത്തന്നെ അധ്യാപകനുമായിരുന്നു. ചതുശ്ശാസ്ത്രപണ്ഡിതൻ. അദ്ധ്യാത്മ രാമായണം, ശുക്രനീതി, കൗടില്യന്റെ അർത്ഥശാസ്ത്രം, ശങ്കരാചാര്യ ചരിതം എന്നിവ പരിഭാഷപ്പെടുത്തിയിട്ടുണ്ട്. അദ്ദേഹം സംഗീത ത്തെപ്പറ്റി എഴുതിയ ഒരു പുസ്തകം ലണ്ടനിൽ ഉണ്ടത്രെ! അനവധി ശിഷ്യന്മാരുണ്ട്. ജ്യോതിഷം പഠിപ്പിക്കും. പക്ഷേ ജാതകം കൂടി നോക്കില്ല.

വൈദ്യം പഠിപ്പിക്കും. ചികിത്സിക്കില്ല. പഠിപ്പിക്കുക, പഠിപ്പിക്കുക അത്രമാത്രം. ശുദ്ധാശുദ്ധംണ്ട്. പക്ഷേ, അന്യന് വിഷമം ഉണ്ടാക്കില്ല. സ്വന്തം ഗൃഹത്തിനു ചുറ്റും ഒരു വേലികെട്ടി തിരിച്ചു. അദ്ദേഹത്തിന്റെ അനുവാദം കൂടാതെ ആരും പ്രവേശിക്കില്ലല്ലോ. രാവിലെ രണ്ടു മണിക്ക് ഉണർന്നെഴുന്നേൽക്കും. കുളിതേവാരം കഴിഞ്ഞ് പത്തുമണി യോടെ ഒരൂണ്. അന്നു പലഹാരം വല്ലതുമുണ്ടെങ്കിൽ ഉണ്ണാനിരിക്കു മ്പോൾ പറയണം. അതിനുള്ള ചോറ് കുറയ്ക്കും. ഊണിന്റെ ഒപ്പം മാത്രേ പലഹാരം കഴിക്കൂ. മോരിന്റെ പുളിയും കുരുമുളകിന്റെ എരിയും ഒഴിച്ച് എരിപുളി കഴിച്ചിട്ടില്ല. തികഞ്ഞ ഓത്തൻ. അദ്ദേഹ ത്തിന്റെ പ്രയോഗം ഉള്ള ദിവസം ഋഗ്വേദികളും കൂടി കേക്കാൻ വരും. മതിലക്ക് പശുക്കൾ ചെവി വട്ടംപിടിക്കും!! എൺപത്തിയഞ്ചു വരെ ഇരുന്നു. അനായാസ മരണം! അദ്ദേഹത്തിന്റെ ചുറ്റും സദാ ഒരു പരി വേഷം ഉണ്ടായിരുന്നു!!

ഇങ്ങനെയൊക്കെ സൗകര്യമുണ്ടായിട്ടും ഞാൻ ഒന്നും പഠിച്ചില്ല. അക്കിക്കാവിൽ ആറാം ക്ലാസും മുണ്ടത്തിക്കോട് ഏഴും പാസ്സായി. വേലൂര് ആർ.എസ്.ആർ.വിയിൽ ചേർന്നു. അവിടെ എസ്.എസ്. എൽ.സി. വൃത്തിയായി വെടുവെടുപ്പായി തോറ്റു. ഒപ്പമുള്ള വരൊക്കെ നന്നായി പഠിച്ചു കയറിയിരുന്നു. പ്രായംകൊണ്ട് ഏറു മെങ്കിലും അവധിക്കാലത്ത് എത്തുന്ന മടങ്ങത്ത് ഉണ്ണ്യേട്ടനും (ഡോ. എം.പി. പരമേശ്വരൻ) ഇല്ലത്തു താമസിച്ചു പഠിച്ച ഡോ. കൃഷ്ണൻ നമ്പൂതിരിയും (ഞങ്ങളുടെ കൃഷ്ണേട്ടൻ) മാതൃകയായുണ്ടായിരുന്നു. പഠിപ്പിൽ മാതൃകയല്ലെങ്കിലും അക്ഷരശ്ലോകം, നൂൽനൂൽക്കൽ, ചർക്ക, ഖാദി, വെടിവട്ടം അങ്ങനെ മൂർക്കന്നൂര് അനിയേട്ടനും ഉണ്ടാകും.

## തെക്കുനിന്ന് ഒരതിഥി

**അ**തിനിടയ്ക്ക് സ്കൂളിലൊക്കെച്ചേരുംമുൻപ് ഉപനയനം കൂടിക്കഴിയും മുൻപ് തെക്കുനിന്ന് ഒരാൾ ഇല്ലത്തെത്തി. ഉച്ചനേരം. മുത്തപ്ഫന്മാരോ അച്ഛനോ ഉമ്മറത്തുണ്ടായിരുന്നു.

ഉം! ആരാ?

ഒരു ഉണ്ണിത്താനാ. പരമേശ്വരൻ!

ച്ചാലോ!

ച്ചാൽ നായരേക്കാൾത്തിരി ആഢ്യത്തം ണ്ടോ ന്ന് ശങ്ക.

നന്നായി! വിശേഷിച്ച്!

ഊണു കഴിക്കണം!

ബഹുവിശേഷം! അത്ര പറേണോ! കുളിക്ക്ാ, കുളിച്ചുവന്നാ ഉണ്ണാം. കുളിക്കും മുൻപ് സംഭാരം വേണംച്ചാൽ അലോഹ്യംല്യ!

അന്ന് ഉണ്ണാൻ വന്ന ആ ഉണ്ണിത്താൻമാഷ് പിന്നെ കുറേക്കാലം ഇല്ലത്തുകൂടി. ഓപ്പോളേരെ പഠിപ്പിക്കാം. ചതുരംഗം വയ്ക്കാം, ശ്ലോകം ചൊല്ലാം അങ്ങനെ. ഇല്ലത്ത് അടുത്ത് പുതുവായ എന്ന ഒരില്ലംണ്ട്ന്ന് പറഞ്ഞു. അവിടത്തെ പരമേശ്വരൻ പുതുവായ്ക്ക് പാറപ്പുറത്തായിരുന്നു ബന്ധം. അവിടെയും സംസ്കൃതം പഠിപ്പിച്ചിരുന്നു. ആ ശിഷ്യ സംസ്കൃതാധ്യാപികയായി. അടുത്തൂൺപറ്റിപ്പിരിഞ്ഞ് ഈയിടെ മരിച്ചു. ഉണ്ണിത്താൻമാഷ് സ്വശിഷ്യയുടെ സഹോദരിയെ വിവാഹവും കഴിച്ചു. അതിലുണ്ടായ മൂത്ത മകൻ യു.എൻ.ഐ. എന്ന വാർത്താ ഏജൻസിയിൽ ഉയർന്ന ഉദ്യോഗസ്ഥനായി. കുറേക്കാലം സിലോണിൽ പ്രവർത്തിച്ചു. മോഹൻദാസ് പാറപ്പുറത്ത്. രണ്ടാമൻ സുഭാഷ് മുംബൈയിൽ ബിസിനസ്. മുംബൈ-ദുബായ്-ഖത്തർ- അങ്ങനെ വിലസുന്നു.

## ചതുരംഗഭ്രാന്ത്

**ഉ**ണ്ണിത്താൻ മാഷ് നന്നായി ചതുരംഗം വയ്ക്കും. ഇവിടങ്ങളിൽ ചതുരംഗഭ്രാന്തന്മാരുണ്ട്. സാക്ഷാൽ യൂസഫലി കേച്ചേരിയുടെ കുടുംബക്കാർ; കവിയും നന്നായി ചതുരംഗം കളിക്കും. അടുത്തുള്ള

കുറൂര്‍പട്ടേരി. അവിടെ എ.എസ്.എൻ. നമ്പീശൻ ട്യൂഷൻമാഷായി ഉണ്ടായിരുന്നു. പിന്നീട് എം.എൽ.എയും പ്രശസ്തനായ വാദ്യകലാസ്വാദകനും ഒന്നാന്തരം മദ്ദളക്കാരനുമായിത്തീർന്ന മാഷ് നന്നായി ചതുരംഗം കളിച്ചിരുന്നു. എ.എസ്.എൻ. എഴുതിയ താളങ്ങൾ താളവാദ്യങ്ങൾ എന്ന പുസ്തകം ആ വിഷയത്തിൽ ആധികാരികമാണെന്ന് വാദ്യകലാസ്വാദകർ പറയുന്നു. മാഷടെ ഒരു ബന്ധു ഞങ്ങളേയും പഠിപ്പിച്ചിരുന്നു. അന്ന് ഏറെ അദ്ഭുതത്തോടെ കണ്ടിരുന്ന ഒരു കളിയുണ്ട്. പ്രാന്തൻ ചതുരംഗം. വലിയവെപ്പിന് (ഒരു പക്ഷത്ത് എന്നു ധരിക്കാം) ഒരൊറ്റ കരുവേ ഉള്ളൂ. ദേവൻ! ദേവന് എല്ലാ കാലുമുണ്ട്. ഗജാശ്വരഥസചിവപട്ടാളങ്ങളുടെ മുഴുവനും. എതിർപക്ഷത്തിന് സാധാരണമാതിരി. നന്നെ വിഷമം പിടിച്ച കളിയാണ്. സാധാരണ ചതുരംഗം പതിനാറ് വെപ്പ് മുൻപു കണ്ട് വേണം കരു അനക്കാൻ എന്നു പറയും. അറുപത്തിനാലു കള്ളിയിലും കുതിരയെ ചാടിക്കാറാവണം... എനിക്കാണെങ്കിൽ അതൊന്നും അറിയില്ല. എങ്കിലും വാഴയണ മുറിക്കുക, കളം-ചതുരംഗക്കള്ളി വരയ്ക്കുക എന്നീ പരികർമമാവാം. അത്യാവശ്യം ചുക്കുവെള്ളവും മുറുക്കാനും കയ്യകലത്തിൽ വയ്ക്കാനും ആവും. എന്റെ ചതുരംഗക്കമ്പം കളിക്കാരെ കാണുന്നതിലവസാനിച്ചു.

മുഖ്യമായും ഓപ്പോളേരെയാണ് ഉണ്ണിത്താൻമാഷ് പഠിപ്പിച്ചിരുന്നത് എന്നു തോന്നുന്നു. ഞങ്ങൾക്ക് അദ്ദേഹം പറയുന്നത് ഗ്രഹിക്കാറായിരുന്നില്ല. അദ്ദേഹത്തിനാണെങ്കിൽ മലയാളം പുച്ഛമായിരുന്നു. സംസ്കൃതം കഴിഞ്ഞാൽ കഷ്ടിച്ച് ഇംഗ്ലീഷാവാം. ബൈബിളിന്റെ നാലഞ്ചു പരിഭാഷാ ഭേദങ്ങൾ തോന്നിച്ചിരുന്നു എന്ന് കേട്ടിട്ടുണ്ട്. മഹാകവി വള്ളത്തോളിനെ കഷ്ടിച്ചു സഹിക്കും! കൂട്ടത്തിൽ പറയട്ടെ, ഇന്ന് ക്ഷേത്രമായ ക്ഷേത്രങ്ങളിലൊക്കെ കേൾക്കുന്ന സുപ്രഭാതങ്ങൾ ഇത്ര ജനകീയമാവാൻ കാരണം ഉണ്ണിത്താൻമാഷാണ് എന്നു പറയുന്നു. എന്നുവച്ചാൽ അനവധി സുപ്രഭാതങ്ങൾ അദ്ദേഹം എഴുതിക്കൊടുത്തുവെന്നു താത്പര്യം. അദ്ദേഹം എന്തൊക്കെ പഠിപ്പിച്ചു എന്നറിയില്ല. മൂന്നും നാലും വയസ്സുള്ളപ്പോൾത്തന്നെ തത്ത്വമസ്യാദി വാക്യങ്ങൾ ഞങ്ങൾ കേട്ടിരുന്നു. മൂത്ത ഓപ്പോള് പഠിപ്പു നിർത്തിയെങ്കിലും തരക്കേടില്ലാത്ത വിധം വായിച്ചിരുന്നു. ഖസാക്കിന്റെ ഇതിഹാസം ആഴ്ചപ്പതിപ്പിൽ വരുമ്പോൾത്തന്നെ അതു വായിക്കുവാൻ പ്രേരിപ്പിച്ചിരുന്നു. അന്ന്, വായനക്കാരാണെന്ന് ഊറ്റംകൊണ്ടിരുന്ന ചിലർ

ഖസാക്ക് അറു വഷളാണെന്നു പറഞ്ഞിരുന്നു എന്നുകൂടി ഓർക്കണം. ഖസാക്കിന്റെ ഇതിഹാസം എന്ന ഒരു കഥ ആഴ്ചപ്പതിപ്പിൽ വരുന്നുണ്ട്. വായിക്കാൻ മറക്കണ്ട എന്ന് ഓപ്പോള് പറഞ്ഞത് എന്നെ അദ്ഭുതപ്പെടുത്തി.

രണ്ടാമത്തെ ഓപ്പോളു വായിച്ചിരുന്നതായി അറിയില്ല. കുട്ടിക്കാലത്ത പാട്ടുപഠിപ്പിച്ചിരുന്നു എന്ന് കേട്ടിട്ടുണ്ട്. സ്വതേ മാടമ്പിൽ സംഗീതം ഇല്ല. ഇപ്പോ ചെലർക്കുണ്ട്. ഏട്ടൻ, ആസ്ട്രേലിയക്കാരനായ നാരായണൻ ക്ലാസിക് സംഗീതത്തിന്റെ മുഴുത്ത ആസ്വാദകനും കനത്ത കമ്പക്കാരനുമാണ്. അപ്ഫന്റെ മക്കളായ ചിലരും നല്ല ആസ്വാദകരാണ്. എന്നാലും സ്വതേ സംഗീതം ഇല്ലാത്തവരാണ്. എനിക്കാണെങ്കിൽ ജന്മനാ താളംല്യ. താളംണ്ടാവോ എന്നു നോക്കാനായി കൊട്ടുപഠിച്ചാലോ എന്നു ചിന്തിച്ചു. നമസ്കാരക്കല്ലിൽ പുളിമുട്ടി തക്കിട തരികിട ഉരുട്ടുമ്പോഴാണ് ഒരുനാൾ താമരത്തിരുത്തി വാസു നമ്പീശൻ വന്നത്. വന്നപാട് അപ്ഫനോടന്വേഷിച്ചു.

'ആരാ ഇത്രനേരത്തെ മനയ്ക്കല് അമ്മി കൊത്തണേനിരീച്ചു!!'

ഞാൻ പുളിമുട്ടി അന്ന് അടുപ്പിലിട്ടു.

## ശാന്തിക്കാരൻ

സമാവർത്തനം കഴിഞ്ഞ് അധികം താമസിയാതെ ഞാൻ താമരത്തിരുത്തി ശാന്തിക്കാരനായി. ശാന്തിവൃത്തി ശ്രേഷ്ഠമല്ല. ആഭിജാത്യമുറ നോക്കുമ്പോൾ മൂന്നാമതോ നാലാമതോ ആണ് ശാന്തി ദ്വിജന്റെ സ്ഥാനം. ആട് ഏട് എന്നുതുടങ്ങും. ആട് എന്നു പറഞ്ഞാൽ യാഗാധികാരം. ഏട് ഭട്ടവൃത്തി. ഇതു രണ്ടും കഴിഞ്ഞേ ക്ഷേത്രകർമങ്ങൾ വരൂ. തന്ത്രി നമ്പൂതിരിയും കുറച്ചു കിഴിഞ്ഞവരാണ് എന്നു വരും. പക്ഷേ, മുകളിലെ ശ്രേണിയിലുള്ളവർക്ക് താഴെ ശ്രേണിയിലുള്ളവരുടെ കർമ്മം ചെയ്യാം!

ഷൾക്കർമ്മനിരതന്മാരാണല്ലോ ബ്രാഹ്മണർ. യജനം യാജനം, അധ്യയനം അധ്യാപനം, ദാനം പ്രതിഗ്രഹം. യജനവും അധ്യയനവും ദാനവും ഉത്തമം. മറ്റു മൂന്നും ഇത്തിരി താഴെ. മധ്യമം. ശാന്തി ദ്വിജനും

തന്ത്രിക്കും ഇത്തിരി ഊനത വരുവാൻ കാരണം അവർ പ്രതിഗ്രഹം പറ്റുന്നവരായതുകൊണ്ടാവും. വാങ്ങുന്നവന്റെ കയ്യ് താന്നിരിക്കും. കൊടുക്കുന്ന ആളുടെ കയ്യ് മീതെയായിരിക്കുമല്ലോ. അതാവാം കാരണം. താമരത്തിരുത്തി ഞാനും ആറുകൊല്ലം ശാന്തിയുണ്ടായി. 'തേവരെ പട്ടിണീടരുതല്ലോ' എനിക്ക് വേറെ പണീല്യ. ച്ചാൽ അത്ര ആയിട്ടൂല്യ. അങ്ങനെ താമരത്തിരുത്തി ശാന്തിക്കാരനായി. താമരത്തിരുത്തി സ്വത്തില്ലാത്ത അമ്പലമാണ്. അവണപ്പറമ്പിന്റെ അടുക്കള കൃഷ്ണൻ. മണ്ഡലകാലം നാല്പത്തിയൊന്നു ദിവസം പാൽപ്പായസംണ്ട്. പഞ്ചസാരയിടാത്ത പാൽപ്പായസം! കുട്ടികൾക്ക്. നാനാജാതിക്കാരായ കുട്ടികൾ വരും. കുളിച്ചുവന്നാൽ, ഉച്ചതിരിഞ്ഞ് നാലുമണിക്കാണ്ട്ടോ, പായസം കഴിക്കാം. ഒരു കൊടം പാല്. ശാന്തിക്കാരൻ വച്ച് നേദിച്ചു വിളമ്പണം. എനിക്ക് ഒടുക്കേ കഴിക്കാനാവൂ! ഞാൻ ശ്ശി വച്ചു വിളമ്പിയിട്ടുണ്ട്. അക്കാലം കിരാലൂര് സ്കൂള് നേരത്തെ വിടും. നാലുമണിയടിച്ചാൽ കുട്ടികൾ ഓടിവന്ന് കുളത്തിൽ മുങ്ങി പായസം കഴിക്കാനിരിക്കും. മിക്കതും ഈറൻ കോണകം മാത്രമാവും ആൺ പെൺവേഷം.

പ്രായമായവർ വരാറില്ല. പുതുവായ ഒരു അന്തർജ്ജനം മാത്രം ചിലപ്പോ വരും. തേത്യമ്മ എന്നാണ് പറയാ. ത്തിരി ബുദ്ധിഭ്രമം ണ്ടോ സംശം. സുമംഗലിയാണ്. ഇങ്ങനെ നടക്കും. മക്കളില്ല. സപത്നീമർദ്ദനവും സഹിച്ചിരിക്കാം. മർദനംച്ചാൽ ശാരീരികാവില്ല. മാനസിക പീഡനം.

എടയ്ക്ക് ഇല്ലത്ത് വരും. ആ അമ്മ താമരത്തിരുത്തി മണ്ഡല പായസക്കാലത്തു വരും. 'അവനാന്ള്ളത് എടത്ത് വെച്ചോളൂ. ന്നട്ട് മതി കണ്ണിക്കണ്ട കുട്ട്യോൾക്ക് വെളമ്പാ. അതോണ്ട് ഒരു പാപംല്യ.' എന്ന് തേത്യമ്മ പറയും. തെല്ലുനിർത്തി തുടരേം ചെയ്യും. 'അവനോനും കൂട്ട്യന്നല്ലേ.' എന്നെ ഉദ്ദേശിച്ചാണ്. അവണപ്പറമ്പ്മാര് വരാറില്ല. വന്നാലും പായസം കഴിക്കാറില്ല. കുറച്ചുകാലം കുഞ്ഞുക്കുട്ടനവണപ്പറമ്പ് താമരത്തിരുത്തി താമസിച്ചു. ഇപ്പഴത്തെ നാരായണനവണപ്പറമ്പിന്റെയും വിഷവൈദ്യൻ മഹേശ്വരനവണപ്പറമ്പിന്റെയും അച്ഛൻ. അവർക്ക് ഇവിടെ വലിയ കളംണ്ടായിരുന്നു. അക്കാലത്ത് ഞാൻ ദിവസോം രാവിലത്തെ പൂജ കഴിഞ്ഞാ തീർഥോം പ്രസാദോം ആയി അവണപ്പറമ്പിൽ പോവും. കാപ്പി, പലഹാരം തരാവും. അമ്മയുടെ വാത്സല്യത്തിന്റെ മധുരം ഞാനാവോളം അനുഭവിക്കേം ചെയ്തു.

കുഞ്ഞുകുട്ടനവണപ്പറമ്പ് ഒരു ജീനിയസ്സായിരുന്നു. അന്നേ അദ്ദേഹം റേഡിയോ സ്വന്തമായി ഉണ്ടാക്കിയിരുന്നു. സിനിമാ തിയറ്ററുകൾ അദ്ദേഹത്തെ വിളിച്ചിരുന്നു. അവരുടെ യന്ത്രത്തകരാറുകൾ നേരെയാക്കാൻ. പ്രൊജക്ടർ റിപ്പയർ ചെയ്യാൻന്നർത്ഥം. അവണപ്പറമ്പിന് എന്താണ് ഇല്ലാത്തത് എന്നറിയില്ല. ഇന്ദ്രജാലവും ഹിപ്നോട്ടിസവും അറിയാം. [illegible] കൂടി വശമായിരുന്നു എന്ന് അപ്ഫന്മാർ പറഞ്ഞറിയാം. പക്ഷേ, സ്ഥിരം രോഗിയായിരുന്നു. ദേഹബലം ഇല്ലാത്ത ഒരാള്. എന്നിട്ടും ഇല്ലത്ത് വർക്ക്ഷോപ്പും ആലയും ഉണ്ടാക്കിവച്ചിരുന്നു.

## സർവാധി നമ്പീശൻ

**താ**മരത്തിരുത്തി നന്നെ ചെറിയ ഒരമ്പലമാണ്. അമ്പലത്തിന്റെ ലക്ഷണങ്ങളൊക്കെയുണ്ട്. ഞാൻ ശാന്തി തുടങ്ങിയ കാലത്ത് കഴകത്തിന് രാമൻ നമ്പീശൻ എന്ന ഒരു ആജാനുബാഹു വരും. കണ്ടാൽ ഭയാവും. ആറടിയിലധികം ഉയരം. ഒരുക്കോല് വീതി. വലിയ മുഖം. സർവാധിനമ്പീശൻ എന്നാ പറയാ. കുളിക്കും മുമ്പ് കുളക്കടവൊക്കെ വൃത്തിയാക്കും. ചണ്ടിത്തം എടുത്തുകളഞ്ഞ് കഴുകും. (ആർ. രാമചന്ദ്രൻ എന്ന കവി തന്റെ സമാഹാരത്തിന്റെ മുഖവുരയിൽ സർവാധി നമ്പീശനെപ്പറ്റി പറയുന്നുണ്ട്). ചിലപ്പോഴൊക്കെ അദ്ദേഹത്തിന്റെ സഹോദരന്മാരും പുഷ്പ്പോത്ത്ണ്ടാവും. എല്ലാവരും യോഗ്യന്മാര്. അർധനഗ്നന്മാർ. അവരൊക്കെ നമ്പീശന്മാരാണ്, സർവാധിയുടെ അനുജന്മാരാണ് എന്നേ അറിയൂ. ഒരാള് പ്രൊഫസർ, ഒരാള് ജഡ്ജി, മറ്റൊരാള് കണ്ണുവൈദ്യൻ-ഐ സ്പെഷ്യലിസ്റ്റ്. എം.ബി.ബി.എസ് കഴിഞ്ഞ് ഒഫ്ത്താൽമോളജി പ്രത്യേകമായി പഠിച്ച് തൃശൂര് അയമ്പതുകൊല്ലത്തിലധികം കണ്ണുവൈദ്യനായി ഇരുന്ന അഫ്ഫൻ നമ്പീശൻ, പിന്നെ വക്കീല്, ലോ കോളേജ് പ്രൊഫസർ, എൻജിനീയർ (ഇവർ സർവാധികാര്യക്കാരുടെ ഏട്ടന്റെ മക്കളായി). അങ്ങനെ ഒരു കുടുംബം. എന്നാലോ ഒരാൾക്കും ഒരു നാട്യോംല്ല്യ. ഈ സർവാധി നമ്പീശൻ അമ്പലത്തിൽ വരും. മറ്റാരുംണ്ടാവില്യ. ഞാൻ എന്തെങ്കിലും പണി ചെയ്യാവും. അപ്പൊ അദ്ദേഹം ചോദിക്കും, കൈയിന്റെ മുട്ടിനെന്താ ഇംഗ്ലീഷ്! കാലിന്റെ മുട്ടിനോ. നേദ്യം വയ്ക്കാന്ന് എങ്ങന്യാ ഇംഗ്ലീഷിൽ

പറയാ! അങ്ങനെയങ്ങനെ ചില മുറി ഇംഗ്ലീഷ് കൈയിൽ വന്നുപെട്ടു. കുറേക്കാലം കഴിഞ്ഞാണറിഞ്ഞത് സർവാധി നമ്പീശൻ തിരുവിതാംകൂറിലെ ഒടുക്കത്തെ മഹാരാജാവിന്റെ - ശ്രീചിത്തിര തിരുനാൾ- ഇംഗ്ലീഷധ്യാപകനായിരുന്നു; കോളേജധ്യാപകനും ഹൈസ്കൂൾ ഹെഡ്മാഷുമായിരുന്നു. പിന്നീട് തിരുവിതാംകൂറിലെ സർവാധികാര്യക്കാരായി. ചീഫ് സെക്രട്ടറി. 1904-ൽ എന്നു തോന്നുന്നു, ഈ കുഗ്രാമത്തിൽനിന്ന് ബി.എ.എൽ.ടി. പാസ്സായി. 1910 ആവുമ്പോഴേക്കും എം.എ. ഡച്ച് അധിനിവേശത്തിൽ ഗവേഷണം. കേരളേശ്വരൻ എന്ന ഒരൊറ്റ നോവലും എഴുതി. രണ്ടാമത്തെ നോവൽ ആരംഭിച്ചു. അപ്പോഴേക്കും വ്യക്തിജീവിതത്തിൽ വന്നുപെട്ട ചില ദുരന്തങ്ങൾ അദ്ദേഹത്തെ അന്തർമുഖനാക്കി. സർ. സി.പിയായി ചെറിയൊരു ഉരസൽ. അടുത്തൂൺ പറ്റിപ്പോന്നു. പുഷ്പ്പോത്ത് സ്വസ്ഥം! സർവാധികാര്യക്കാരനായിരുന്ന രാമൻനമ്പീശന്റെ പൗത്രൻ - അദ്ദേഹവും രാമൻ തന്നെ - പ്രശസ്ത കഥാകൃത്തായ ടി.ആറിന്റെ സഹോദരിയെ ആണ് വേളി കഴിച്ചിരിക്കുന്നത്. അമ്പലമുറ്റത്തുനിന്നും തിടപ്പിള്ളിയിൽനിന്നും പട്ടരുമാഷുടെ ഭാഗ്യക്കുറിയിൽനിന്നു കിട്ടിയ കഷ്ണങ്ങളുമാണ് ഇബന്റെ ആംഗല സമ്പത്ത്!

താമരത്തിരുത്തി ശാന്തിയായി വേലൂര് 8, 9, 10 ക്ലാസ് കഴിഞ്ഞു. അങ്ങനെ തെക്കുവടക്കു നടക്കുമ്പോൾ സർവാധിനമ്പീശനെപ്പോലെ ഒരു ദിവസം അച്ഛൻ ചോദിച്ചു: 'ചൂണ്ടിപ്പണയംന്നതിന് എന്താ ഇംഗ്ലീഷ്!' അറിയാമായിരുന്നു.

പ്രാന്തൻമാഷ്, പട്ടര്മാഷ് എന്നൊക്കെ വിളിക്കുന്ന ഒരു പരശുരാമയ്യരുണ്ടായിരുന്നു. ഞങ്ങളുടെ നാട്ടിലെ സ്കൂള് അദ്ദേഹമാണ് ആരംഭിച്ചത്. പി.എം.എൽ.പി.എസ്. പരശുരാമയ്യർ മെമ്മോറിയൽ. അത് അച്ഛൻ മേടിച്ചു. ഞാനായിട്ട് വിറ്റുതുലച്ചു!! പന്ത്രണ്ടിൽ വ്യാഴം! ഈ പട്ടരുമാഷ് പിന്നെപ്പിന്നെ ഭാഗ്യക്കുറി വില്പനേം പാഠകം പറച്ചിലുമായി ദേശാടനം ചെയ്തുകൊണ്ടിരുന്നു. ഭാഗ്യക്കുറി എന്നു പറഞ്ഞാൽ ഒരു മുക്കാല്. എല്ലാവർക്കും സമ്മാനം. പല്ലിമുട്ടായി! സമ്മാനം കിട്ടാത്തവരില്യ. ചില ചില്ലറ ജാലവിദ്യ. കുപ്പിച്ചില്ല് കടിച്ചുപൊട്ടിക്കാ തുടങ്ങിയവ. അത് ഞങ്ങളും പഠിച്ചു. ഒരു പ്രത്യേക ചെടിയുടെ ഇല കടിച്ചരച്ച് വായ നിറച്ചാൽ മതി. ബൾബ് കടിച്ചരയ്ക്കാം. വായ മുറിയില്ല. പച്ചിലയുടെ പേര് പറയില്ല. രഹസ്യം! സർവാധികാര്യക്കാരിൽനിന്നു കിട്ടിയ ചില ഇംഗ്ലീഷ് മുറിവാക്കുകളും പട്ടരുമാഷ് തന്ന ചതുരമൊത്ത ഇത്തിരി ആംഗലവും ആയി ഞാനും മേനിനടിച്ചുനടന്നു.

## സ്വാമി ജ്ഞാനാനന്ദ സരസ്വതി

**ശാ**ന്തി നിർത്തി. നിർത്താൻ വലിയ കാരണമൊന്നുമില്ല. ഒരു മരിച്ച പുല വന്നു. പിന്നെ പോയില്ല. അതിനും എത്രയോ മുൻപേ ഉണ്ണിത്താൻമാഷ് വന്നപോലെ പോയിരുന്നു. ഋഷികേശത്ത് എത്തി. മഹാപണ്ഡിതനായിരുന്ന തപോവനസ്വാമികളുടെ അടുക്കൽനിന്ന് സംന്യാസം സ്വീകരിച്ചു. സ്വാമി ജ്ഞാനാനന്ദസരസ്വതിയായി. ഇരുപത്തിയഞ്ചോ മുപ്പതോ കൊല്ലം കഴിഞ്ഞ് അദ്ദേഹത്തിന്റെ മകൻ മോഹനനും അമ്മയുമൊത്ത് ഞാനും ഋഷികേശത്തു പോയി പഴയ ഉണ്ണിത്താൻ മാഷെ കണ്ടു. അതിനുശേഷവും രണ്ടുമൂന്നുതവണ കാണാനായി. ഒരിക്കൽ സ്വാമി ജ്ഞാനാനന്ദസരസ്വതി കിരാലൂരും വന്നു. ഇല്ലത്തും വരികയുണ്ടായി.

അപ്പോൾ ശാന്തിയുമില്ല. പിന്നെന്ത് ചെയ്യും. പത്മനാഭപ്ഫന്റെ മകൻ അനിയേട്ടനും ഞാനും കൂടി മദിരാശിക്കു പോയി. ഈ അനിയേട്ടൻ ചെറുകഥകളെഴുതിയിരുന്നു. മാടമ്പ് അനിയൻ എന്ന പേരിൽ. 'ഹിരണ്മയേനപാത്രേണ' എന്ന ഒരു നാടകവും എഴുതി ഏറെ അരങ്ങിൽക്കളിച്ചു. നാടകസംഘം നിർത്തി. ഇപ്പോൾ ഒരു നോവൽ എഴുതിയിരിക്കുന്നു - ജാഗ്രഹോ.

അങ്ങനെ ഞങ്ങൾ മദിരാശിയിലെത്തി. അനിയേട്ടൻ റേഡിയോ റിപ്പയറിങ് പഠിച്ചിട്ടുണ്ട്. ഒരു തൊഴിലിന്ന് അന്ന് അതുമതി. അതായി. അതിനുശേഷം സ്പ്രേ പെയിന്റിങ്ങ് ആരംഭിച്ചു. കാർ പെയിന്റിങ്ങ്. തട്ടിത്തിരിഞ്ഞ് ഒന്നും നേരെയാവാതെ ഞാൻ പോന്നു. ശ്ശി താമസിച്ചില്ല, അനിയേട്ടനും മടങ്ങിയെത്തി.

## ട്യൂട്ടോറിയൽ കോളജ്

**ക**യ്യിലുള്ള ഇത്തിരി ഇംഗ്ലീഷും കണക്കും മലയാളവുമായി ഒരു ട്യൂട്ടോറിയൽ പണി തരായി. ആ പരിചയം വച്ച് ഏഴാങ്കല്ലിൽ ഇല്ലത്തടുത്ത് മൂന്ന് കി.മീ. നാഷണൽ ഹൈവേയ്ക്കടുത്ത് നമ്പൂതിരീസ് ട്യൂട്ടോറിയൽ ആരംഭിച്ചു. അവിടെ ടൈപ്പും ഷോർട്ട്ഹാൻഡും പഠിപ്പിക്കുവാനാരംഭിച്ചു. പട്ടിപ്പാറ ശങ്കരൻകുട്ടി ഇതു രണ്ടും പഠിച്ചു പാസ്സായിരുന്നു. ഹിന്ദി രാഷ്ട്രഭാഷാവിശാരദിനും ക്ലാസാരംഭിച്ചു. ഒന്നാംക്ലാസു

മുതൽ ഏതു പ്രായത്തിലുള്ളവരെയും നമ്പൂതിരീസിൽ പഠിപ്പിക്കും. ധാരാളം അധ്യാപകരുമുണ്ട്. അന്നേക്ക് ബി.എ., എം.എ., കഴിഞ്ഞ അനിയന്മാർ, ബന്ധുക്കൾ, അടുത്തുള്ളവർ. നമ്പൂതിരീസിനു ബ്രാഞ്ചു കളുമായി. പഴനിയിലും കാഞ്ഞാണിയിലും വടക്കാഞ്ചേരിയിലും അനി യേട്ടൻ ക്ലാസു തുടങ്ങി. അദ്ദേഹം നല്ല അധ്യാപകനായിരുന്നു. ഞാൻ മനോരാജ്യക്കാരനും. ക്ലാസു നന്നല്ല. അച്ചടക്കവുമില്ല. എന്നാലും കുറച്ചുകാലം ഒരു മാനേജരും ഉണ്ടായി. ചേലാട്ടു വേണു. അയാൾ കെ.എസ്.ആർ.ടി.സിയിൽ ജോലി കിട്ടിപ്പോയി. പെൻഷൻപറ്റി ഇപ്പോൾ കിരാലൂരുണ്ട്. ഇടയ്ക്കു കാണും. നമ്പൂതിരീസിൽ ഇല്ലെങ്കിലും എന്നേ ക്കാൾ കുറെ താഴെയാണെങ്കിലും ഗോവിന്ദൻ എന്ന കൂട്ടുകാരനുമുണ്ട്. ഇപ്പോഴും പഴയ ചങ്ങാത്തം. ഇഷ്ടൻ പട്ടാളത്തിൽ പത്തുകൊല്ലവും സ്റ്റേറ്റ് ഗവൺമെന്റിൽ കുറച്ചുകാലവും പണിയെടുത്തു. അടുത്തൂൺ പറ്റി. ഇപ്പോഴും നാട്ടിലുള്ളപ്പോൾ ശ്ശി എപ്പഴും കാണും. മുഖാമുഖം നോക്കിയിരിക്കും. എന്റെ ഒപ്പം കനാൽപ്പാലം നിരങ്ങിയവരോ ചണ്ടിത്തം കാട്ടിനടന്നവരോ ആയി ആരും നാട്ടിലില്ല.

നാട്ടിൽ ഉള്ളവരൊക്കെ പ്രായംകൊണ്ട് ഏറെത്താഴെ. എന്നാലും ഒരു ചങ്ങാത്തംണ്ടേനും.

## ഇ ഫോർ എലിഫന്റ്

**ആ**യിടയ്ക്ക് ഇല്ലത്ത് ഒരാനയെ മേടിച്ചു! 'ഏയ്! മാടമ്പ് ആനേ മേടിയ്ക്കേ! കഥേല്യായാ. എവട്യാ നിക്കണ്ടെ നിശ്ശംല്യാത്ത ഒരു കൂട്ടം... എന്താ പറേണ്ടേ നിശ്ശംല്യ.' അങ്ങനെ പ്രഭുക്കളുടെ ശകാരം, നസ്യം, പരിഹാസം ഒക്കെയായി. പക്ഷേ, അച്ഛൻ ശ്രീമാനായിരുന്നു. ആദ്യത്തെ ആന കുട്ടിക്കൃഷ്ണനായിരുന്നു. വടക്കേടത്തു പെരുമ്പട പ്പാണ് അച്ഛനോടു മേടിക്കാൻ പറഞ്ഞ് മേടിപ്പിച്ചത്. മൂസേട്ടൻ. സത്യ ത്തിൽ എന്റെ അമ്മയുടെ നേരെ അമ്മാവൻ. എല്ലാവരും മൂസേട്ടൻ എന്നു വിളിച്ചു. മൂലേപ്പെരുമ്പടപ്പിലെ യാഗം കഴിഞ്ഞനേരം മൂസേട്ടൻ അച്ഛനോടു പറഞ്ഞു:

'ശങ്കരാ ഞാൻ രണ്ട് ആനേ കൊണ്ടുവന്ന്ട്ട്ണ്ട്. ഒന്നു ശങ്കരൻ എടുത്തോളാ.' അച്ഛൻ പരുങ്ങ്യോ നിശ്ശംല്യ. മൂസേട്ടൻ പറഞ്ഞ

സംഖ്യ- മൂവായിരമാണെന്നു തോന്നുന്നു. കൊടുത്തു. ആനേ വാങ്ങേം ചെയ്തു. അതോടെ ആനക്കമ്പം ഏറീണ്ടാവും. പിന്നെ പലപ്പോഴായി ആറ് ആനേ മേടിച്ചു. നെലമ്പൂര് അന്ന് ലേലംണ്ട്. ഞാനും പോയി. അന്നെനിക്ക് പതിനഞ്ചു തികഞ്ഞിട്ടില്ല. ലേലത്തിനു പോകുമ്പോൾ തലേദിവസം 500 ക. തോർത്തിൽ തിരിച്ചുകെട്ടി അരയിൽ ഉറപ്പിച്ചു തന്നു. അതിന്റെ മീതെ മുണ്ട് ഷർട്ട്. വണ്ടിശൂലി പോലഗറ്റിൽ. അതിനുമുമ്പും തീവണ്ടി കേറി പരിചയമുണ്ട്. ഓപ്പോളേരുടെ ഇല്ലത്തു പോകുമ്പോൾ. ഷൊർണൂർ ജംഗ്ഷനും അറിയും. നിലമ്പൂരു പോയി. അന്നു കോലോത്തു താമസിച്ചു. പിറ്റന്നാൾ പത്മനാഭനപ്ഫനും മൂസേട്ടനും അച്ഛനും വന്നു. എന്റെ പരിഭ്രമം തീർന്നു. പിന്നീട് ആനയെ മേടിക്കുവാനും നോക്കാനും ഞാൻ പോയിട്ടില്ല. ഒടുക്കത്തെ അനിയൻ ചിത്രന് എന്നേക്കാൾ കമ്പവും വിവരവും കൂടും. അപ്പോൾ അയാളായി. കുറേക്കഴിഞ്ഞ് അയാൾ ആനയെ പാട്ടത്തിനു കൊണ്ടുവന്നു. ഇപ്പോൾ ഒന്നുമില്ല. ആനയെക്കാണാം. ഇ ഫോർ എലഫന്റ് എന്ന പ്രോഗ്രാമിൽ ഒരു മുഖവുര പറയുന്നു. ആങ്കറിങ് എന്നാണ് ഭാഷ.

## സവർണ ബ്രാഹ്മണ ശീട്ടാട്ടം

**ഞ**ങ്ങൾ ഓയ്ക്കന്മാരാണ്. തെക്കാണ് ശിഷ്യന്മാരധികം. ശബരിമല തന്ത്രി താഴമണ്ണ്, മിത്രമഠം ഒക്കെ ശിഷ്യന്മാരാണ്. വാദ്ധ്യാപ്പണി പഠിച്ചിട്ടില്ലാത്തതിനാൽ ഞാൻ എവിടേയും ക്രിയ കഴിപ്പിക്കുവാൻ പോയിട്ടില്ല. ഓയ്ക്കനായിട്ട് താഴമണ്ണില്ലത്ത് ഒരു പെൺകൊട കഴിപ്പിക്കുവാൻ പോയി. പത്മനാഭപ്ഫനു തോന്നി കുറച്ച് ചടങ്ങ് ആരെയെങ്കിലും പഠിപ്പിച്ചാലോ. പാഞ്ഞാള് അഗ്നിയൊക്കെ-സായ്പിന്റെ-കഴിഞ്ഞിരുന്നു. അതിന്റെ ഹാങ്ഓവർ. അത് ശുകപുരം കൂറ്റുകാരാണല്ലോ നടത്തിയത്. പെരുമനക്കാർക്കും വേണ്ടേ! ഏതായാലും കപ്ലിങ്ങാടിന്റെ കൈവശമുള്ള യാഗംഭാഷ ഞാൻ പകർത്തിയെടുത്തു. പിഴയും തീർത്തു. പിന്നീട് ഒന്നാംദിവസം ക്രിയ നഷ്ടപ്പെട്ടു. എന്റെ കമ്പവും തീർന്നു. അന്ന് അത് അച്ചടിപ്പിക്കുവാൻ ശ്രമിച്ചതാണ്. സാധിച്ചില്ല. അപ്ഫൻ എനിക്കു സ്വരം നേരെയാവുമോ എന്നും നോക്കി. അന്നക്ക് എന്റെ വാല് മൂത്തിരുന്നു. എന്റെ രണ്ടു കുട്ടികൾ-ഹസീന എന്ന മൂത്ത

മകളും ജസീന എന്ന രണ്ടാമത്തെ മകളും - അപ്ഫന്റെ മകൻ കുഞ്ഞനിയന്റെ മകൾ ശുഭ ഒപ്പം ഞാനും, അങ്ങനെ നാലാളോം അപ്ഫൻ ഓത്തുപഠിപ്പിക്കുവാൻ തുടങ്ങി. എനിക്ക് ഒന്നും ആയില്ല. കുട്ടികൾ- ഹസീന, ജസീന, ശുഭ - മൂന്നുപേരും സ്വരം ഉണ്ടാക്കി. പെൺകിടാങ്ങളെ ഓത്തു പഠിപ്പിക്കുക എന്ന വിപ്ലവം ഇല്ലത്താണു തുടങ്ങിയത്. അന്നേവരെ നിഷിദ്ധമാണെന്നുവച്ചിരുന്ന ഒരു കാര്യം തുടങ്ങിയെന്നേയുള്ളൂ. തുടർന്നില്ലതാനും.

## സാഹിത്യാധ്യാപകൻ

**ശാ**ന്തിപ്പണി ആനപ്പണി ഒക്കെ നോക്കി ഇരിക്കുമ്പോഴാണ് കൊടുങ്ങല്ലൂര്നിന്ന് ഒരു വിളി വന്നത്! അക്ഷരാർത്ഥത്തിൽ ഒരു വിളി. കൊടുങ്ങല്ലൂര് കുഞ്ഞിക്കുട്ടിത്തമ്പുരാട്ടി നടത്തിയിരുന്ന ഒരു സ്ഥാപനത്തിൽ മലയാളം പഠിപ്പിക്കുവാനാണ് വിളിച്ചത്. തമ്പുരാട്ടി എന്റെ മുത്തപ്ഫന്റെ - പണ്ഡിതർ ചിത്രൻ മാടമ്പ് - പ്രിയശിഷ്യയായിരുന്നു. ആദ്യകാല കമ്മ്യൂണിസ്റ്റായിരുന്നു. ആക്ടിവിസ്റ്റായിരുന്നു. യഥാർത്ഥ പുരോഗമനവാദിയും സ്ത്രീസമത്വവാദിയുമായിരുന്നു. എല്ലാറ്റിനും കിരീടം വച്ചുകൊണ്ട് മനുഷ്യപ്പറ്റുള്ള നല്ല ഒരു സ്ത്രീയായിരുന്നു. ഞാനവിടെ ചെന്നുപെട്ടു. ഈയിടെ അന്തരിച്ച ടി.എൻ. കുമാരനായിരുന്നു സ്ഥാപനത്തിന്റെ മാനേജർ. അങ്ങനെ ഒരു സ്ഥാനം ഉണ്ടായിരുന്നുവോ, അറീല്യ. എനിക്ക് 150 ക. ആണ് ശമ്പളം. ഒരിക്കലും ഒരുമിച്ചു കിട്ടിയിട്ടില്ല. എങ്കിലും കാര്യങ്ങൾ ഖുശാലായിരുന്നു. താമസം ഫ്രീ. ആദ്യം കോവിലകം വക ഒരു ചെറിയ ബംഗ്ലാവിൽ. പിന്നെ സാക്ഷാൽ അച്യുതമേനോനവറകളുടെ ഭാര്യവീട്ടുകാരുടെ വക ഒരു കെട്ടിടത്തിൽ. തെങ്ങിൻതോപ്പിൻ നടുക്ക് ഒരു വീട്. പറമ്പ്, കുളം. എല്ലാം ഉണ്ട്. തമ്പുരാട്ടിയുടെ സ്ഥാപനത്തിൽ വിദ്വാൻ കോഴ്സ് തുടങ്ങിയിരുന്നു. കെ.ജി.ടി.ഇയ്ക്ക് പഠിപ്പിച്ചിരുന്നു. രണ്ടു കൊല്ലത്തെ സിവിൽ എൻജിനീയറിങ് പഠനം. മിടുക്കൻ തമ്പുരാൻ, രമത്തമ്പുരാട്ടി, കൊടുങ്ങല്ലൂർ രാമവർമ്മ തുടങ്ങിയവരൊക്കെ അവിടെയുണ്ട്. പത്തുപതിനാല് കുട്ടികൾ വിദ്വാനു ചേർന്നു. എല്ലാവരും വിദുഷികളായി. ടീച്ചർമാരുമായി. ഞാൻ നല്ല സാഹിത്യാധ്യാപകനാണ് എന്ന ഒരു പ്രശംസയും ലഭിച്ചു.

അന്ന് ക്യാപ്റ്റൻ വി.എൻ.പി. നമ്പൂതിരിയുടെ പ്രിയ എന്ന നോവൽ പഠിപ്പിക്കുവാനുണ്ടായിരുന്നു. മാതൃഭൂമിയിൽ വന്ന ആ നോവൽ എന്തോ എനിക്കത്ര പിടിച്ചില്ല. വിദ്യാനു പഠിച്ചിരുന്ന ഒരു പെൺകുട്ടി നന്നായി കഥയെഴുതിയിരുന്നു. വി.എസ്. നിർമ്മല. ഒരു നോവലും എഴുതി. വി.ടി. നന്ദകുമാർ പത്രാധിപരായിരുന്ന യാത്ര എന്ന മാസിക യിൽ (അതോ ആഴ്ചപ്പതിപ്പോ; മറന്നു) തുടരനായി വന്നിരുന്നു. പിന്നെന്തോ നിർമ്മല എഴുത്തു നിർത്തി.

തമ്പുരാട്ടിയുടെ കോളേജിലെ മതിലിന് തൊട്ടത് ഒരു മൃഗാശു പത്രിയാണ്. ഗവൺമെന്റ് ഡോക്ടറായി - വെറ്ററിനറി സർജൻ - പനമ്പിള്ളി വിജയൻ അവിടെയുണ്ടായിരുന്നു. നല്ല സുഹൃത്ത്. അദ്ദേഹം പിന്നെ വെസ്റ്റ്ഇൻഡീസിൽ പോയി. ഇരുപത്തിയഞ്ചു കൊല്ലം. ഇപ്പോൾ റിട്ടയർ ചെയ്തു. നാല്പതു കൊല്ലം മുമ്പ് ആരം ഭിച്ച ഞങ്ങളുടെ ചങ്ങാത്തം ഇന്നും തുടരുന്നു. മാനേജർ ടി.എൻ. കുമാരൻ, സി.പി.വിജയൻ, ശശി (അച്യുതമേനോന്റെ സോദരന്റെ മകൻ), ശക്തിധരൻ എന്നിവരൊക്കെ ആ കൊടുങ്ങല്ലൂര് കൂട്ടായ്മ യുടെ തീക്ഷ്ണമായ ഓർമ്മകളായി ഇന്നും ഇടയ്ക്കിടെ മിന്നി ക്കത്തുന്നു. പനമ്പിള്ളി വിജയൻ മാത്രം ജമൈക്കയിൽ നിന്നുവന്ന ശേഷം ഒന്നുരണ്ടു തവണ കണ്ടു. ടി.എൻ. ജോയി, ടി.എൻ. കുമാ രന്റെ ഏറ്റവും ഇളയ സഹോദരനാണ്. പ്രസിദ്ധനായ ആ തീവ്ര വിപ്ലവാനുഭാവി തീക്ഷ്ണമായ ബുദ്ധിക്കുടമയുമാണ്. കണ്ടാൽ ചിരിക്കാവുന്ന ഒരു പരിചയം മാത്രം. കുഞ്ഞിക്കുട്ടിത്തമ്പുരാട്ടിയും ടി.എൻ. കുമാരനും ഇന്ന് നമ്മോടൊപ്പമില്ല. കമ്മ്യൂണിസ്റ്റ് പാർട്ടിയുടെ ആദ്യകാല പ്രവർത്തകരായ അവർ ഒന്നും ആകാതെ കഥാവശേഷ രായി.

## പുതിയ മേൽവിലാസം

**തൂ**ണിൽ കാവ്യം തുളുമ്പുന്ന കൊടുങ്ങല്ലൂർ ഭഗവതിയുടെ തിരുമു റ്റത്തുനിന്നാണ് ഞാനും എഴുത്താരംഭിച്ചത്. യാദൃച്ഛികതയാവാം. ഒരു ദിവസം അശ്വത്ഥാമാവിലെ ആദ്യവാക്യം മനസ്സിൽ ഉണർന്നുവന്നു! ഓണം ഉത്രാടമാണ്!

ഒന്നും പറയാനറിയില്ല. എഴുത്തിന്റെ പിന്നിലുണ്ടായ മാനസിക വ്യാപാരങ്ങളെ വകതിരിച്ചുപറയാനറിയില്ല. ആദ്യം എഴുതിയ താണെന്നും പറയുന്നില്ല. നമ്പൂതിരീസിനുവേണ്ടി മൂന്നു നാടകം എഴുതി. പരാജിതൻ, കൈവിഷം, ചതുരംഗം, അറംപറ്റി! നാടകത്തിൽ പരാജയം സംഭവിച്ചു. ഒന്നു രണ്ടു കഥകളും എഴുതി. കോഴിക്കോട്ട് ഒരിടത്ത് അച്ചടിക്കാമെന്നും മോഹിച്ചു. അതൊക്കെ മറന്ന കഥകളാ യിരുന്നു. മനസ്സിന്റെ അടിയിൽ, ക്യാപ്റ്റൻ വി.എൻ.പിയുടെ നോവ ലിനെ പുച്ഛരിച്ചപ്പോഴും ഈ മോഹം ഉണ്ടാവും. ആ ഉത്ക്കടമായ താൽപര്യമാവാം വേഷംമാറി പുച്ഛമായി പുറത്തുവന്നത്! എന്തോ എഴുതി. ചിലരെയൊക്കെ കാണിച്ചു. അവരൊക്കെ ഏറെക്കുറെ പരി ഹസിച്ചു. ശശി–ചേലാട്ടെ ശശി– പറഞ്ഞു തന്റെ വഴി ഇതാവാം. അന്ന് നാരായണൻകുട്ടിയുമുണ്ടായിരുന്നു. പ്രൊഫസർ വി. അരവിന്ദാക്ഷന്റെ അനുജൻ. അതിബുദ്ധി. ഭ്രാന്തമായ ഭാവന! അകാലത്തിൽ ആ വെളിച്ചം പൊലിഞ്ഞു.

## കോവിലൻ

**ഇ**നിയാണ് ശരിക്കും ജീവിതം മേൽവിലാസമുള്ളതായിത്തീരുന്നത്. കോവിലൻ, കോവിലൻ എന്നു ധാരാളം കേട്ടിട്ടുണ്ട്. ഇല്ലത്ത് അടുത്താണ് കണ്ടാണശ്ശേരി. ഗുരുവായൂർക്കു പോകുമ്പോൾ കണ്ടാണശ്ശേരി വായനശാലയിലേക്കു സൂക്ഷിച്ചുനോക്കും. അദ്ദേഹം അവിടെ എവിടെയെങ്കിലും ഉണ്ടോ. കണ്ടില്ല. കണ്ടാൽ അറിയി ല്ലേനും. ഒടുക്കം രണ്ടും കല്പിച്ച് അശ്വത്ഥാമാവെഴുതിയ കട ലാസും ചുരുട്ടിപ്പിടിച്ച് പുല്ലാനിക്കുന്നിലെത്തി. കഷ്ടിച്ച് എത്തുന്ന ഒരു ഈരിഴത്തോർത്ത് ചുറ്റി വിയർത്തു കുളിച്ച് മണ്ണു പൂശിവരുന്ന ഒരു ഇരുമ്പുരൂപം കണ്ടു!! ഇരിമ്പന്നെ! ഒരു മായോം ഇല്ലാത്ത വാക്കും.

കൈതമുള്ളുപോലെ. മേപ്പോട്ടും കീഴ്പ്പോട്ടും ഉഴിയാൻ വയ്യ! ഇതാണോ പ്രസിദ്ധനായ എഴുത്തുകാരൻ. മറ്റെന്തു പറഞ്ഞാലും ചേരും. കല്ലുവെട്ടുകാരൻ എന്നോ, കാളവണ്ടിക്കാരനെന്നോ പറയാം. ആർക്കും സംശയംണ്ടാവില്ല. പട്ടാളക്കാരൻന്ന് പറഞ്ഞാലും ഒന്നു ശങ്കിക്കും. അന്നും ഇത്തിരി മുൻപോട്ടു വളഞ്ഞ്ണ്ട്!! അന്നുമുതൽ

ഇന്നുവരെ ഞാൻ പുല്ലാനിക്കുന്നു കയറുന്നു. മുനിമടയിലെ ഗൃഹസ്ഥന്റെ കാൽക്കലിരിക്കുന്നു.

കോവിലൻ ഇല്ലെങ്കിൽ മാടമ്പില്ല!

അശ്വത്ഥാമാവ് മാതൃഭൂമിയിൽ കൊണ്ടുകൊടുക്കാൻ പറഞ്ഞതും അദ്ദേഹമാണ്. എന്നെ ശരിക്കും സാഹിത്യത്തിലേക്കുപനയിച്ച ആചാര്യൻ. അന്നുതന്നെ എനിക്ക് തിരക്കഥയെഴുതാനാവും എന്ന് കോവിലൻ പറഞ്ഞിരുന്നു!! ആവേം ചെയ്തു.

## ഭ്രഷ്ട്

**കു**ട്ടിക്കാലംമുതൽ കേക്കുന്ന പേരാണ് കുറ്യേടത്തു താത്രീന്ന്. സമക്ഷത്തു പറയില്ല. അമ്മമാരുടെ അടുക്കൽ നിരീക്കാതെ വയ്യ. ഇല്ലത്തുനിന്ന് രണ്ട് മുത്തപ്ഫന്മാര് ഭ്രഷ്ടായിട്ടുണ്ട്. മലയാളകൊല്ലം 1080–ലാണ് ഭ്രഷ്ട്. ഭ്രഷ്ടാക്കുന്നവരിൽ മുത്തശ്ശനുമുണ്ടായിരുന്നു! മീമാംസകനായി.

മാടമ്പ്ത്ര ഞെളിഞ്ഞിരിക്കണ്ട. രണ്ടന്യേന്മാരുടെ പേരെഴുതിക്കോളൂ.

സാധനം പറഞ്ഞു...ത്രെ.

ഇത്രോം നാടകീയത തികഞ്ഞ ഒരു സന്ദർഭം എഴുത്തുകാരനാവാൻ മോഹിക്കുന്ന ഒരാളെ പ്രലോഭിപ്പിക്കുകതന്നെ ചെയ്യും. പിന്നെ താമസിച്ചില്ല, അറുപത്തിനാലുകലകൾ... തുടങ്ങി!

മലയാളകൊല്ലം 1068 ലാണ് മാടമ്പിലെ – ആ മുത്തപ്ഫന്മാരും കുറ്യേടത്തു താത്രിയുമായി ലിംഗയോനീബന്ധം ഉണ്ടായത്. പരമേശ്വരമുത്തപ്ഫനയച്ച നോട്ടീസ് വളരെക്കഴിഞ്ഞതിനുശേഷം ഞാൻ കണ്ടു. ആ മുത്തപ്ഫന്റെ മകൻ നാരായണപ്ഫൻ – അദ്ദേഹവും അഡ്വക്കറ്റായി – സ്വകാര്യശേഖരത്തിൽ നിന്നെടുത്തു കാണിച്ചുതന്നു സ്വന്തം അച്ഛന്റെ ജാതകം വെട്ടിത്തിരുത്തിയ വാറോല! ഈ അപ്ഫനും ഈയിടെ മരിച്ചു. അദ്ദേഹത്തിന്റെ രണ്ടു സഹോദരിമാരെ പൂങ്കുടിയലേക്കു കൊടുത്തു. കേരളത്തിലെ ഏറ്റവും പ്രസിദ്ധമായ മാനസിക ചികിത്സാകുടുംബമാണ് പൂങ്കുടിൽ. നാട്ടുകാര് പൂങ്കുളപ്പടി

എന്നു പറയും. അവിടെയുള്ളവരൊക്കെ മാടമ്പിലെ മരുമക്കളായിരുന്നു.

ഭ്രഷ്ട് എന്ന നോവൽ ചരിത്രഗ്രന്ഥമല്ല! അന്ന് ഒരു ചരിത്ര രേഖയും ഞാൻ കണ്ടിട്ടില്ല. എന്നിട്ടും പലരൊക്കെ അത് ചരിത്രപര മായി ധരിച്ചു. പറഞ്ഞു. പഠിപ്പിക്കേം ചെയ്തു.

ഈയിടെയായി കുറ്യേടത്തുതാത്രി ഏതോ ഒരവതാരമായി മാറി ത്തുടങ്ങിയിരിക്കുന്നു. അതിന് സാരമല്ലാത്ത പങ്ക് ഞാനും വഹിച്ചിട്ടു ണ്ടെന്നു തോന്നുന്നു. കുറ്യേടത്ത് താത്രി എങ്ങനെ കേരള ബ്രാഹ്മ ണരുടെ മഹാപാരമ്പര്യത്തിന്റെ നാരായവേരു തോണ്ടിയ സംഹാര ദുർഗയായിത്തീർന്നു എന്ന് പറയുവാനാർക്കും ആവില്ല. കൽപ്പക ഞ്ചേരിയില്ലത്തെ പെൺകിടാവ് കാതും കുത്തി ഉടുത്തു തുടങ്ങും മുമ്പ് എങ്ങനെ പുരുഷവേട്ടയാരംഭിച്ചു എന്നും ആർക്കും അറിയില്ല. നന്നെ കുട്ടിക്കാലത്തുതന്നെ താത്രിക്കുട്ടിയെ ചില അസുരന്മാർ ലൈംഗിക മായി ഉപയോഗിച്ചിരിക്കാം. പ്രായമായപ്പോൾ തന്നെ നശിപ്പിച്ച ലൈംഗി കതതന്നെ അവർ ആയുധമാക്കി പുരുഷവർഗത്തെ പിച്ചിക്കീറി. നമ്പൂതിരിമാർ മാത്രമല്ല അവരുടെ പ്രതികാരാഗ്നിയിൽ വെന്തുകരി ഞ്ഞത്. കാമഭ്രാന്തായിരുന്നില്ല, ആയിരുന്നുവെങ്കിൽ കാമകലാവിദ ഗ്ധരായ ഒന്നു രണ്ടുപേർ മതിയാകുമായിരുന്നു. പണത്തിനുമായിരു ന്നില്ല. അതുകൊണ്ടാണ് പുരുഷന്മാരോടുള്ള വിദ്വേഷമാണ് അവരെ വ്യഭിചാരിണിയാക്കിയത് എന്നൂഹിക്കുന്നത്. സാക്ഷാൽ വി.ടിയും ഈ ചിന്താഗതിക്കാരനായിരുന്നു. പ്രതികാരമാണെന്നു പറഞ്ഞത്. നമ്പൂ തിരിയോടു മാത്രമല്ല, പുരുഷവർഗത്തോടപ്പിടിയുള്ള പക!

കുറ്യേടത്തു താത്രിയെ വിലയിരുത്തുവാനും അവരുടെ വ്യഭിചാര കർമ്മങ്ങളുടെ കാരണം കണ്ടെത്തുവാനും എനിക്കു താൽപര്യമില്ല. ഒരുപക്ഷേ, വി.ടി. പറഞ്ഞതുപോലെ 'കയ്യു പിടിച്ചാൽ വയ്യ' എന്നു പറയുവാനാവാത്ത മനസ്സും ഉണ്ടായിരുന്നിരിക്കാം. ഞാൻ കഥയെഴു തുമ്പോൾ ഇതൊന്നും ചിന്തിച്ചിട്ടില്ല. മുൻകൂട്ടി ചിന്തിച്ചുറപ്പിച്ച്, നീളവും വീതിയും കുറിച്ച്, അധ്യായങ്ങളുടെ സാരം നിശ്ചയിച്ച് പദവാക്യങ്ങ ളിൽ നിഷ്കർഷിച്ച് എഴുതിയതല്ല ഭ്രഷ്ട്! അഥവാ, ആ വിധം പണ്ഡി തോചിതമായി എഴുതുവാൻ ഞാനാളല്ല. 'സാമാന്യം മോശമായ്ണ്ടേ!' എന്നാണ് നമ്പൂരിഭാഷ.

ഇത്തിരി നമ്പൂരാർക്ക് അലൊഗ്യായി. ദേശമംഗലത്തിനെ ആക്ഷേ പിച്ചു. മാടക്ഷിതീശന്റെ പെൺവഴിത്തമ്പുരാക്കന്മാരെ മോശമായി

ചിത്രീകരിച്ചു എന്നൊക്കെ ആക്ഷേപം ഉണ്ടായി. ഒരൂട്ടം കഥേല്യായ! – ഭാഷ എങ്ങനെ എഴുതരുത് എന്ന് പഠിപ്പിക്കാൻ ഈ പുസ്തകം പറ്റും. ഇങ്ങനൊക്കെ നസ്യം. നമ്പൂരിനസ്യം ഞാനും ആവോളമാസ്വദിച്ചു.

അപ്പോഴേക്കും ഞാനൊരു എഴുത്തുകാരനായി മാറിയിരുന്നു. പിന്നെ ചറപറാന്ന് കൊറെ എഴുതി. പത്തു നോവലുകൾ. ചറപറാന്ന് എന്നു പറഞ്ഞാൽ വേഗം വേഗംന്നേള്ളൂ. ഒട്ടും അശ്രദ്ധേല്യ. എന്റെ അവിഘ്നമസ്തു, മരാരാശ്രീ, ഓംശാന്തി, അമൃതസ്യപുത്രഃ, സാധനാലഹരി എല്ലാം ഭ്രഷ്ടിനേക്കാൾ നല്ലതുമാണ്. പക്ഷേ ഭ്രഷ്ടിന്റെ പ്രസിദ്ധിയില്ല. കാരണം, ഭ്രഷ്ടിന്റെ പ്രചാരവും പ്രസിദ്ധിയും കുറ്യേടത്തു താത്രിയുടെ പേരിലാണ്. ആ അനുഗ്രഹം! അതേ; അനുഗ്രഹം തന്നെ. ശുദ്ധതേവിടിശ്ശിയിൽനിന്ന്. അവതാരമായി മാറുവാൻ ഞാനും സഹായിച്ചിട്ടുണ്ടാവും! പരോക്ഷമായി.

## ആറാംതമ്പുരാൻ

**അ**ശ്വത്ഥാമാവ് എഴുതിക്കഴിഞ്ഞപ്പോഴേക്കും ഞാൻ കൊടുങ്ങല്ലൂരു നിന്നു പോന്നു. ചാക്യാരു ചോദിച്ചപോലെ ‘പോന്നതോ പറഞ്ഞയച്ചതോ!’ (പോരിപ്പിച്ചതോ.)

ആനക്കമ്പം ഏറിയിരുന്നു. ന്നാപ്പിന്നെ അത് വിസ്തരിച്ചു പടിക്ക്യാ. അതല്ലേ വേണ്ടത് എന്നായി. ഒരു കാര്യം ചെയ്യാച്ചാ വെടുപ്പാവണ്ടെ. മാതംഗലീല അന്നേ വായിച്ചിരുന്നു. വെടുപ്പായീർന്നില്ല. ആരുടെ അടുത്താ പഠിക്കാ. ആർക്കും സംശംല്യ. പൂമുള്ളി ആറാം തമ്പ്രാൻല്യേ. അദ്ദേഹം വെടുവെടുപ്പാക്കും. അന്ന് അദ്ദേഹം അറിവിന്റെ തമ്പുരാൻ എന്നറിയപ്പെട്ടിരുന്നില്ല. കളരീം യോഗോം പഠിപ്പിക്കുന്നുണ്ട്. ശാസ്ത്രം പഠിപ്പിച്ചിരുന്നില്ല. എന്തെങ്കിലും ചോദിച്ചാ പറയും. അത്രേന്നെ. കുറേക്കൂടി കഴിഞ്ഞാണ് അദ്ദേഹം ആയുർവേദവും മീമാംസയും മറ്റും പഠിപ്പിക്കാനാരംഭിച്ചത്. അതും ഒന്നുരണ്ടാളെ. നാടൊട്ടുക്കറിയുന്നത് തമ്പുരാന്റെ അഭ്യാസബലവും കളരിയും നായാട്ടുകഥകളുമാണ്. ആ വക ഒരു താൽപര്യവുമില്ലാത്ത കുഴിമടിയനായ ശരീരം അനങ്ങാനിഷ്ടമില്ലാത്ത ഒരാള് അതും പത്തുമുപ്പതു

വയസ്സായി വേളി കഴിഞ്ഞ് കുട്ടികളുമായ ഒരു പോത്തൻ പഠിക്കാൻ വരാച്ചാ. പക്ഷേ ആറാംതമ്പുരാൻ എന്നെ സ്വീകരിച്ചു.

തനിക്ക് എന്താ വേണ്ടേച്ചാ തരാം. ചായോ... എന്താച്ചാ ആവാം താൻ പഠിക്കാ!

അതായിരുന്നു ചോദ്യം. ചോദ്യല്ല എന്നെ അഭിമുഖീകരിച്ച വെല്ലുവിളി. ഞാനും കൊണ്ടുപിടിച്ചു. ഇത്തിരി കൊള്ളുന്ന എന്റെ ഉള്ളിൽക്കൊള്ളുന്നതൊക്കെ ഞാൻ അകത്താക്കി. എന്നാലോ തമ്പുരാന്റെ കളരിയിലേക്ക് ഞാൻ ഓട്ടക്കണ്ണിട്ടുപോലും നോക്കിയില്ല. ആ നേരം മാഷടെ അടുത്തുചെല്ലും. മാഷ് മാഷ്ച്ചാൽ ഹേഡ്മാഷ്! കാടമ്പറ്റ നമ്പൂതിരിപ്പാട്. പൂമുള്ളിമന വക ഹൈസ്കൂളിലെ എച്ച്.എം. മറ്റൊരു സ്കൂളിലായിരുന്നു. ആറാംതമ്പുരാൻ തന്നെയാണെന്നു തോന്നുന്നു, പെരിങ്ങോട്ടേക്കു വരുത്തി. നെട്ടനെ നീണ്ട് സുമുഖനായ ഗൗരവക്കാരൻ. മുഴങ്ങുന്ന ശബ്ദം. മുണ്ടിന്റെ കോന്തല കക്ഷത്ത് വെച്ചങ്ങനെ വരും! ഈച്ച പറക്കില്ല. ഇന്നും ആ ഇഷ്ടം തുടരുന്നു. അതിന് വേറെ വാക്കില്ല.

ആലങ്കോട് ലീലാകൃഷ്ണനാണ് അറിവിന്റെ തമ്പുരാൻ എന്ന് ആദ്യം ബഹുമാനിച്ചത്. പിന്നെ എല്ലായിടത്തും എന്തിനും ഇങ്ങനെ തമ്പുരാക്കന്മാരുണ്ടായി! ആറാംതമ്പുരാൻ ശരിക്കും അറിവിന്റെ തമ്പുരാനായിരുന്നു. ഒരു ജന്മം മുഴുവനും പഠിച്ചു. ആദ്യം - പത്തുപതിനെട്ടു വയസ്സിനുശേഷം വിദ്വാൻ ചെറളപ്പുറത്തിന്റടുത്തു പഠിച്ചു. മീമാംസ, വിഷവൈദ്യം രണ്ടും മുഖ്യം. വേദാന്തം, ആയുർവേദം എന്നിവ. വൈദ്യമഠം വലിയ നാരായണൻനമ്പൂതിരിശ്ശി പൂമുള്ളി ഉണ്ടാവും! അന്ന് പൂമുള്ളി ഒരു കായകൽപ്പോം ണ്ടായി. അതിന്റെ ഉത്സാഹം. സിലോണിൽ നിന്നു വരുത്തിയ ഒരു ഗുസ്തിക്കാരന്റെ അടുത്ത് ഗുസ്തി. അപ്പനമ്പ്യാരും നാരായണൻനായരും കളരി. ഒറ്റ വിസ്തരിച്ചു പയറ്റാറായി. വാൾപ്പയറ്റ്. മാർക്കിസ് ബർട്ട്ലിയുടെ അച്ഛന്റെയടുത്ത് ഫോട്ടോഗ്രാഫി. മാമാകലെൽക്കറുടെ കൂടെ നിന്ന് നാടകം. സിനിമ ശാന്താറാം. സ്വന്തം അനിയനെ പഠിപ്പിക്കുവാനായി ഇല്ലത്ത് താമസിക്കുന്ന ചെമ്പൈ ഭാഗവതരുമായി മുപ്പതുകൊല്ലത്തെ സഹവാസം. മൂത്തമനയുടെ ചെണ്ട. എന്താ ഇല്യാത്തേന്ന് ചോദിക്ക്യാ ഭേദം. അവസാനിക്കാത്ത ആരോഗ്യം കഠിനപരിശ്രമം, തീരാത്ത സ്വത്ത്. അയമ്പതുവയസ്സുവരെ

പൊതുരംഗത്ത് വന്നതേയില്ല. പഠിപ്പുതന്നെ. സദാ എന്തെങ്കിലും പഠിച്ചുകൊണ്ടിരിക്കും!

ഡോ ഇന്ന് കാളപൂട്ടായാലൊ

അതിനു മുമ്പ് ഞാൻ കാളപൂട്ടു കണ്ടിട്ടേയില്ല. പൂങ്കുടിൽ കുട്ടൻ നല്ല കാളകളെ പോറ്റിയിരുന്നു. പൂട്ടിനു മാത്രമായി. കാലണ വരുമാനമില്ല. അസാധ്യചെലവും. മലബാറിലെ ഒരു കമ്പം. ഏറനാട്, മലപ്പുറം, മഞ്ചേരിക്കാരുടെ ഭ്രാന്ത്.

'ഇപ്പൊ മലപ്പുറം ജില്ലേലെ പ്രാന്തൊക്കെ മാടമ്പിലെ മരുമക്കള് ഏറ്റെടുത്തേ്യക്ക്ണു!"

എനിക്ക് ആദ്യം മനസ്സിലായില്ല. പിന്നെ തിരിഞ്ഞു. അവിടെ ജില്ലാ ആശുപത്രിയിലെ സൈക്യാട്രിസ്റ്റ് ഇല്ലത്തെ മരുമകൻ കെ. എം.ജെ. നമ്പൂതിരി. ഇന്ത്യയിലെ മുന്തിയ ഋഗ്വേദപണ്ഡിതൻ. ആയുർവേദത്തിൽ. എന്റെ അപ്ഫന്റെ മകന്റെ മകൾ. ഡോ.ശുഭ. പടിഞ്ഞാറെപ്പാട്ടെ കിരാതമൂർത്തിയുടെ ഭാര്യ. ശുഭയുടെ ഔദ്യോഗിക നാമം പാർവതി. പാരമ്പര്യവൈദ്യൻ പൂങ്കുടിൽ നമ്പൂരിമാര്. മാടമ്പ് മരുമക്കൾ.

'അത് നന്നായി! രോഗികളെ കിട്ടാനും എളുപ്പം. മാടമ്പിലന്നെ ധാരാളംണ്ടല്ലോ.'

അങ്ങനെ ഒരു പ്രശസ്തീം ഇല്ലത്തുണ്ടായിരുന്നു. വൈദ്യമഠം ചെറിയ നാരായണൻ നമ്പൂതിരിക്കും അറിയാം. അദ്ദേഹമാണ് എന്റെ ധന്വന്തരി!

## ജാലം

**അ**പൂർവമായി ഞാൻ ആറാംതമ്പുരാന്റെ ഇല്ലത്തു താമസിക്കും. എന്നാൽ വെളിച്ചാവുംമുമ്പ് അദ്ദേഹം എഴുന്നേറ്റു വന്ന് ഓരോരോ വിഷയങ്ങള് പറയാൻ തുടങ്ങും. മാതംഗലീല മനോഹരമായ ശ്ലോകമാണ്. ഒന്നാംതരം കവിത ചെലപ്പോ ഘേരണ്ഡസംഹിതയാകും. യോഗാഭ്യാസത്തിന്റെ മുഖ്യപാഠപുസ്തകം. പതഞ്ജലിയുടെ യോഗ

ശാസ്ത്രത്തെക്കാൾ ആധികാരത ഉണ്ടെന്ന് പറയാൻ പാടില്ല. പ്രാണാ യാമവിധികൾ.

വിതാനേ, ചവിദു,ർഗ്രീവാ, നിര്യാണേ, മസ്തകേ/പിപ

അവഗ്രഹേ, ച ജാനീയാത്ഷഢ്ധിധാ/ങ്കുശ ചാരണാ.

എന്ന് തോട്ടി പ്രയോഗിക്കേണ്ട മർമങ്ങൾ പറഞ്ഞുതന്നശേഷം,

ഈഷത്സ്പർശന-

എന്ന പ്രയോഗവിധിയായപ്പോൾ ശങ്കയായി.

ഈഷൽസ്പർശനോ കുറഞ്ഞൊന്ന് തൊടേ്..

എന്താദ്, തോട്ടികൊണ്ട് ഒന്നുതൊട്ട് അല്പം വേദനിപ്പിച്ച്.

താൻ ആ ജാലത്തിനെ പോയി കാണാ ന്നാ എളുപ്പാവും!

തമ്പുരാൻ പറഞ്ഞു.

ജാലം എന്നുപറഞ്ഞാൽ വാഴക്കുന്നം. സാക്ഷാൽ ജാലവിദ്യ ക്കാരൻ. അദ്ദേഹം കൊടുങ്ങല്ലൂര് ചെന്ന് ഗുരുമുഖത്തുനിന്ന് ആദ്യം പഠിച്ചത് ആനപ്പാവായിരുന്നു. മദിച്ച ഏത് ആനയേയും തളയ്ക്കാനും അനുസരിപ്പിക്കുവാനും അദ്ദേഹത്തിനറിയാമായിരുന്നു. അതിനുശേഷ മാണ് ചെപ്പടിവിദ്യയിൽ കമ്പം കേറി അതഭ്യസിച്ചത്. ആനപ്പാവ് പ്രയോഗിക്കാനായി. അപകടം പിടിച്ച ആ പണിക്കു പോവരുത് എന്ന് അമ്മ ശാസിച്ചുവത്രെ!

വാഴക്കുന്നത്തിനെ കണ്ടു. അദ്ദേഹം ശങ്കയ്ക്കിടയില്ലാത്തവിധം സ്വന്തം ഉള്ളംകൈയിൽ ആ വിദ്യ കാണിച്ചുതരികയും ചെയ്തു. ഏതായാലും ഇന്ന് ഒരാൾക്കും ആവശ്യമില്ലാത്ത ഒരു വിദ്യ പഠിക്കു വാനാണ് യോഗംണ്ടായത്. ഇപ്പൊ വെറ്ററിനറി സയൻസ് വളരെ വിക സിച്ചു. എലിഫൻഡോളജി ഐച്ഛികവിഷയമായി പഠിക്കാം. തോട്ടീം കുന്തോം ഒന്നും വേണ്ട. മയക്കുവെടി!! സുരക്ഷിതമായി ഒരിടത്തി രുന്ന് പൂശാം!

ആയിടയ്ക്ക് തമ്പുരാൻ ഹസ്ത്യായുർവേദം പരിഭാഷപ്പെടുത്താൻ തുടങ്ങി. കുറച്ച് അധ്യായങ്ങൾ തർജമ ചെയ്തൂത്രെ! മുഴുവനാക്കി യില്ല. ഒടുക്കം അദ്ദേഹം ഉത്സാഹിപ്പിച്ചതിൻ ഫലമായി വൈദ്യമഠം ചെറിയ നാരായണൻ നമ്പൂതിരി അതു മുഴുവനും ഭാഷയാക്കി. വൈദ്യമഠം ഒന്നാന്തരം കവിയാണ്. പരിഭാഷ വളരെ വേഗം. ഒരു

കുഞ്ഞുക്കുട്ടൻ തമ്പുരാൻ ച്ഛായ! അത് കാണുവാൻ ആറാംതമ്പുരാൻ ഇരുന്നില്ല!

അറിവിന്റെ തമ്പുരാനെ ഐരാവതത്തിനെ ചികിത്സിക്കാനാവാം ദേവന്മാർ കൊണ്ടുപോയി.

പൂർണ്ണമനുഷ്യൻ എന്ന് ആരെയെങ്കിലും പറയണമെങ്കിൽ ആറാംതമ്പുരാനെപ്പറ്റി മാത്രമേ സാധിക്കൂ. മനുഷ്യസഹജമായ ഒന്നും അദ്ദേഹത്തിനന്യമല്ല. ജാതിയിൽ വളരെ താഴ്ന്നു എന്നു വിചാരിക്കുന്ന ഒരു ചെറുപ്പക്കാരൻ കലാമണ്ഡലത്തിൽ ചേർന്നു പഠിച്ചിരുന്നു. അയാളുടെ അച്ഛൻ വേലികെട്ടും കല്ലുവെട്ടുമായിക്കഴിഞ്ഞിരുന്ന തനി കൂലിക്കാരൻ. ഒരു ദിവസം അയാളെന്തോ പയ്യാരം പറഞ്ഞപ്പോൾ തമ്പുരാൻ ചോദിച്ചു: 'നിന്റെ വീട്ടിൽ റേഡിയോ ഇല്ലെ!'

'റാൻ–'

'ന്നാ ഇന്ന് രാത്രി എട്ടുമണിക്ക് അതൊന്നു തുറന്നുവെയ്ക്ക്.'

വെച്ചു. അതാ വരുന്നു തമ്പുരാന്റെ ഓജസ്സാർന്ന ശബ്ദം. 'സത്യത്തിൽ നമ്മളൊക്കെ ഒരു പറച്ചീടെ മക്കളാണ്! ആർക്കാത്ര വല്യ ആഭിജാത്യം! ഞാനും... ആ... ചത്ത പശൂനെത്തിന്നുന്ന...

അതെ, രണ്ടാളുടേം മുതുമുത്തശ്ശി ഒരു പറച്ചിയാണ്.'

കലാമണ്ഡലത്തിൽ പഠിച്ചു മിടുമിടുക്കനായ ആ വാദ്യക്കാരനും എന്റെ സുഹൃത്താണ്. പെരുങ്ങോട്ട് ഒരു വാദ്യകലാസംഘം – പഞ്ചവാദ്യമാണ് മുഖ്യം – ഉണ്ട്. ഹൈസ്കൂളിൽ കെ.എം.എസ്സും അദ്ദേഹത്തിന്റെ സഹപ്രവർത്തകരും കൂടി ആരംഭിച്ചത്. ഹൈസ്കൂൾ കഴിയുമ്പോഴേക്കും കൊട്ടാറാവും. മിടുമിടുക്കന്മാരുമുണ്ട്.

ആറാംതമ്പുരാന് കളരി, യോഗം, വൈദ്യം തുടങ്ങിയ രംഗങ്ങളിൽ അനവധി ശിഷ്യന്മാരുണ്ട്. മാതംഗലീല പഠിച്ചവരും ഉണ്ട്. അവരിൽ പലരും വൈദ്യന്മാരായും യോഗാചാര്യന്മാരായും അറിയപ്പെടുന്നുമുണ്ട്. പക്ഷേ, എനിക്കൊരു ആറാംതമ്പുരാൻ... ഒരു വൻവൃക്ഷത്തിനു ചുവട്ടിൽ വൻവൃക്ഷം ഉണ്ടാവില്ല!

ആറാംതമ്പുരാന്റെ അടുത്ത് പഠിപ്പ് നിർത്തിയിട്ടുണ്ടായില്ല. ഏറെ പ്രാരബ്ധം കാരണം പോക്കുകുറഞ്ഞു. എന്നാലും മരിക്കുംവരെ

ഇടയ്ക്കിടക്ക് കാണും. കുറെ നേരം അവിടെയിരിക്കും. മകൻ ഉണ്ണി യുടെ കൂടെ എസ്റ്റേറ്റിൽ പോകും. ത്തിരി നേരംപോക്ക്.

എഴുത്ത് അന്നും തുടർന്നിരുന്നു. ആഴ്ചപ്പതിപ്പുകളിലൊന്നും ഇല്ല. അവർക്കു വേണ്ടാഞ്ഞിട്ടാണ്. ഇപ്പോൾ പത്രാധിപർക്കുള്ള കുറിപ്പു കൂടി മടക്കി അയയ്ക്കുന്നു!! ആരും ഒരു കഥേം ആവശ്യപ്പെടാറു മില്ല. അപ്പൊ നന്നെ ചെറിയ ചില മാസികകളിൽ എഴുതുന്നു. ആരും അറിയൂല്ല്യ. കാശൂല്യ. എന്റെ ഏറ്റവും നല്ല കഥയാവേണ്ടതായ ആര്യാ വർത്തം തീർഥസാരഥിയിൽ വരുന്നു!

പരിഭവം പറച്ചിൽ നിർത്താം.

പരമഹംസദേവന്റെ ജീവചരിത്രം, ശ്രീരാമകൃഷ്ണ ലീലാമൃതം ശ്രദ്ധിച്ചു വായിച്ചപ്പോഴാണ് ചില ശങ്കകളുണ്ടായത്. കൗളതന്ത്രത്തെ പ്പറ്റി മുമ്പും വായിച്ചിട്ടുണ്ട്. സർ. ജോൺ വുഡ്റൂഫ് (ആർതർ അവ ലോൺ) എഴുതിയ പത്ത് വാല്യവും ഏതാണ്ട് നാല്പതു കൊല്ലം മുമ്പ് കണ്ടിരിക്കുന്നു. സൗന്ദര്യലഹരി തോന്നും. മഹീംമൂലാധാരെ... ഒരൊറ്റ ശ്ലോകത്തിൽ കുണ്ഡലിനീതന്ത്രം മുഴുവനും ഒതുക്കിയിരിക്കുന്നു.

ശ്രീരാമകൃഷ്ണാമൃതം താന്ത്രികസാധന എന്ന അധ്യായം. ശ്രീരാ മകൃഷ്ണമഠം പ്രസിദ്ധീകരണം. ഒന്നാംവാല്യം 28-ാം പേജിൽ ഇങ്ങനെ വായിക്കാം.

'കുറച്ചുനാൾക്കുശേഷം വേറൊരു ഭൈരവിക്ക് 1 ക 4 അണ ദക്ഷിണ നൽകി സന്തുഷ്ടയാക്കിയിട്ട് അവരുടെ സഹായത്തോടു കൂടി കാളീക്ഷേത്രത്തിലെ ഹാളിൽവച്ച് പകൽസമയത്ത് എല്ലാവരും കാൺകെ കുലാഗാരപൂജ യഥാവിധിചെയ്ത്..'

ഭഗവാൻ രാമകൃഷ്ണപരമഹംസർ ചെയ്ത ആ സാധന എന്താണ്. മകാരപഞ്ചമം എങ്ങനെയാണ് ഈശ്വരസാക്ഷാത്ക്കാര ത്തിനു സഹായിക്കുക എന്നീ സംശയങ്ങൾ സാധാരണമാണല്ലോ. ഞാനാകട്ടെ ഒരു കഥ എഴുതാനും ആരംഭിച്ചു. മുന്നോട്ടു നീങ്ങാതെ മാനം നോക്കി ഇരിക്കുകയാണുതാനും. അപ്പോഴാണ് എന്റെ മരുമകൻ (പുലിയന്നൂര് ഉണ്ണി, രണ്ടു കൊല്ലം മുമ്പ് വാഹനാപകടത്തിൽ മരിച്ചു) വടകരയിലുള്ള ശ്രീ അനംഗാനന്ദനാഥ തീർഥപാദരെക്കുറിച്ചു പറ ഞ്ഞത്. തികഞ്ഞ ദേവ്യുപാസകൻ. അപ്പൊത്തന്നെ വടകരയ്ക്കു പോയി. അദ്ദേഹത്തെ കണ്ടു. ഡോ.എസ്. വിജയൻ. ഓർത്തോഡന്റി സ്റ്റായിരുന്നു. അമ്മ ഗുരുനാഥന്റെ ഭാര്യ - ഗൈനക്കോളജിസ്റ്റും. അന്ന്

അദ്ദേഹത്തിന്റെ ശിഷ്യൻ ഡോക്ടർ കൃഷ്ണകുമാറിന്റെ കൂടെക്കൂടി. പതുക്കെപ്പതുക്കെ ശ്രീ ഗുരു അനംഗാനന്ദനാഥ തീർഥപാദരുടെ ശിഷ്യനായി. ദീക്ഷിതനുമായി. ശ്രീഗുരു പറഞ്ഞു: ഗ്രന്ഥം കാണാപ്പാഠം പഠിച്ചതോണ്ടായില്ല. അത് എനിക്കു പണ്ടേ ബോധ്യമായിരുന്നു. ആനപ്പണി പഠിക്കുമ്പൊത്തന്നെ.

ഗുരുനാഥനും ആദ്യം ഗ്രന്ഥപരിചയം മാത്രമുള്ള ആളായിരുന്നു. എം.കെ.കെ. നായർ, ഐ.എ.എസ്. അവർകളാണ് ഡോ.എസ്. വിജയനോട് ജപസ്വാധ്യായങ്ങൾ തുടങ്ങാൻ പറഞ്ഞത്. എം.കെ.കെ. ഗുരുനാഥനും മുമ്പ് ദീക്ഷിതനായിരുന്നു. പരാഭട്ടാരക സർവസാധാകാചാര്യൻ ശ്രീ യോഗീശാനന്ദനാഥന്റെ പ്രേഷ്ഠശിഷ്യൻ. മലയാളത്തിലെ മഹാനായ നാടകകൃത്ത് ശ്രീകണ്ഠൻനായരും പരമഗുരുവിന്റെ ശിഷ്യൻതന്നെ!

മാടമ്പ് തയ്യാറാണെങ്കിൽ ഞാൻ സാമ്പ്രദായകരീതിയിൽ മഹാഷോഡശിയുപദേശിക്കാം. അതിന് ചില വിധികളുണ്ട്. എന്താ...

ആവാം. എനിക്ക് ആലോചിക്കുവാനൊന്നുമില്ലായിരുന്നു. മുമ്പ് ആനപ്പണി പഠിക്കുവാൻ ആറാംതമ്പുരാന്റെ അടുത്തുചെന്നപ്പോഴും ശ്ശിയൊന്നും ആലോചിച്ചില്ല.

കൗളം പക്ഷേ ഇരുതലമൂർച്ചയുള്ള വാളാകുന്നു. ശ്രീഭാസുരാനന്ദനാഥ മഹാഗുരുവിന്റെ ശിഷ്യപരമ്പരയിൽ പതിനൊന്നാമത്തെ തലമുറയാകുന്നു എന്റെ ഗുരു അനംഗാനന്ദനാഥതീർഥപാദർ. ശ്രീഭാസകരരായ മഘലി എന്നറിയപ്പെട്ടിരുന്ന ശ്രീഭാസുരാനന്ദനാഥനും മുമ്പുള്ള പേര് എനിക്കറിയില്ല. ചുരുങ്ങിയത് ഏഴു തലമുറയെങ്കിലും അറിയാവുന്ന ഗുരുപരമ്പര വേണം. ഇടമുറിയാത്ത ഈ ഗുരുപരമ്പരയാണ് കൗളസാധനയുടെ കാതൽ. ഗുരുപരമ്പര വ്യക്തമല്ലാത്ത ഉപദേശം തന്ത്രത്തിൽ സ്വീകാര്യമല്ല. കൗളം സന്ന്യാസമല്ല. മഹായോഗക്രമമാകുന്നു.

ക്ലാം ക്ലൂം ക്ലീം! എന്താദ്. ദൊക്കെ നന്നെ കുട്ടിക്കാലത്തുതന്നെ ഞാനും പഠിച്ച്ണ്ട്. വേണംച്ചാ യാഗത്തിന്റെ ഭാഷേം കൂടി.

കോഴിക്കോട്ട് നളന്ദയിലായിരുന്നു. ഗുരുനാഥന്റെ രണ്ടു ശിഷ്യന്മാരുണ്ടായിരുന്നു. ഉത്സാഹം ഇരട്ടിച്ചപ്പോൾ എല്ലില്ലാത്ത നാക്ക് പിടഞ്ഞുകൊണ്ടിരുന്നു. രാത്രി പാതിരാ കഴിയുംവരെ ബഹളം. രാവിലെ എഴുന്നേറ്റപ്പോൾ ഗുരുനാഥനെ കാണണം എന്നു തോന്നി.

കൂട്ടുകാരുമൊത്ത് വടകരയെത്തി. അപ്പോൾ ഗുരുനാഥൻ മുകളിലെ മുറിയിലുണ്ടായിരുന്നു. ഞങ്ങൾ അടുത്തുചെന്നു.

പ്രഭുവേ!

അദ്ദേഹം പ്രിയ ശിഷ്യനെ വിളിച്ചു.

രാവും പകലും ഗുരുനാഥനെ ശുശ്രൂഷിച്ചു കഴിയുന്ന പ്രഭു എത്തി.

ആ അലമാരയിൽ മൂന്ന് പുസ്തകംണ്ട്. രണ്ടാമത്തെ കള്ളിയിൽ. അത് എടുക്കൂ.

പ്രഭുവിന്റെ കൈയിൽനിന്ന് പുസ്തകം വാങ്ങി എനിക്കു തന്നു.

വായിച്ചുനോക്കൂ. ക്ലാം, ക്ലൂം ക്ലീം! അയ്യായിരത്തിലധികം കൊല്ലം മുമ്പ് മാടമ്പിനെ പറ്റിക്കണംച്ച്ട്ട് ഒരാള് ജീവിതം മുഴുവനും പ്രയത്നിച്ച് ക്ലാം ക്ലൂം ക്ലീംന്ന് എഴുതോ!

ഗുരുനാഥൻ ചോദിച്ചതുകേട്ട് ഞാൻ ഇരുന്നയിരിപ്പിൽ ഉറച്ചു. തലേ ദിവസം ഞാൻ പരിഹസിച്ചു പറഞ്ഞതൊക്കെ അദ്ദേഹം പറയുന്നു!!

അങ്ങനെ ചിലത്. ഒരദ്ഭുതവും ഗുരുനാഥൻ കാണിച്ചിട്ടില്ല. അദ്ദേഹം ഗുരുപദേശമനുസരിച്ച് ശ്രീചക്രപൂജ ചെയ്യുന്നു. നവാവരണപൂജ ചെയ്യുന്നു. ലളിത വായിക്കുന്നു. കാലകൃത്യവും ഭസ്മധാരണവും ഒരിക്കലും മുട്ടിക്കാറില്ല. അത്രതന്നെ. വെടുവെടുപ്പായ കൗളൻ. തനി ദേവ്യുപാസകൻ. വായയ്ക്കും വയറിനും പറ്റുന്നതെന്തും കഴിക്കും.

കൗളവും തത്ത്വമസ്യാദിവാക്യങ്ങളാണുപദേശിക്കുന്നത്. സന്ന്യാസവുമതെ. ഒരൊറ്റ വ്യത്യാസം. പാഠം പഠിച്ചാൽപ്പോരാ. നിത്യമായ പ്രയോഗവും വേണം. ഒരു കൈയിൽ സ്വർണവും മറ്റേതിൽ മൺകട്ടയുമെടുത്ത് ഇതുരണ്ടും ഒന്നുതന്നെ എന്നു ഭാവിക്കണം. കല്ലിൽ നിർമ്മിച്ച ഭവതാരിണിയും അകത്തിരിക്കുന്ന ശാരദാദേവിയും ഒന്നുതന്നെ എന്ന് ഉറപ്പിക്കണം. അദ്വൈതം! അതിനു മാർഗങ്ങൾ മാറും. കൗളചിന്ത അത്രമതി.

മൂന്ന് ആചാര്യന്മാരുടേയും അനുഗ്രഹം. സാഹിത്യാചാര്യനായി കോവിലൻ, ലോകധർമ്മം മുഴുവനും ആറാംതമ്പുരാൻ ജ്ഞാനവിജ്ഞാനങ്ങളിലേക്കു വഴി കാണിച്ചു; ഗുരു അനംഗാനന്ദനാഥതീർഥപാദർ കൗളത്തിലേക്കുപനയിച്ചു. മൂന്നുപേർക്കും നമസ്കാരം!

# സിനിമ

**മു**പ്പതുമുപ്പത്തിയഞ്ച് കൊല്ലം മുമ്പ് രണ്ടു ചെറുപ്പക്കാർ എന്നെ കാണാൻ വന്നു. ഒരാൾ പൂണെ ഫിലിം ഇൻസ്റ്റിറ്റ്യൂട്ടിൽ ഡയറക്ഷൻ പഠിക്കുന്നു. മറ്റാൾ മിഡിലീസ്റ്റിൽ ഉദ്യോഗം. കെ.ആർ.മോഹനനും പി.ടി.കുഞ്ഞുമുഹമ്മദും. അവർക്ക് അശ്വത്ഥാമാവ് സിനിമയാക്കി യാൽക്കൊള്ളാമെന്നുണ്ട്. കഥ തരണം.

ആവാം. സംഖ്യ?

അവർ ഒരു സംഖ്യ പറഞ്ഞു.

പെരുക്കപ്പട്ടിക അറിയോ!

ഞാൻ ചോദിച്ചു: എങ്കിൽ അതിനെ നാലുകൊണ്ടു പെരുക്കുക.

അവർ പെരുക്കി.

ഇന്നും നാലല്ല, നാല്പതുകൊണ്ട് പെരുക്കിയ സൗഹൃദത്തോടെ ആ ചങ്ങാത്തം തുടരുന്നു.

സന്ദർഭവശാൽ അശ്വത്ഥാമാവിൽ നായകനായി അഭിനയിക്കു കയും ചെയ്തു. പിന്നീട് ചില ചില സിനിമകളിൽ കുട്ടിത്തരം – ചെറു വേഷം. പിന്നെ വീണ്ടും ഒരു എൻ.എഫ്.ഡി.സി. ചിത്രത്തിൽ കഥ; തിരക്കഥയെഴുതി നായകവേഷം. ഈ നൂറ്റാണ്ടാരംഭത്തിൽ. പത്തു ദിവസം മുമ്പുവരെ എന്നുപറഞ്ഞാൽ കഴിഞ്ഞ മാസംകൂടി ആരു വിളി ച്ചാലും അഭിനയിക്കുവാൻ പോകുമായിരുന്നു. ഒന്നു വന്നുപോകുന്ന വേഷമായാലും. എന്തു കിട്ടിയാലും സന്തോഷം. ഇപ്പൊ അതു മാറ്റി. നല്ല പ്രതിഫലം തന്നാൽപ്പോകും. ആരും വിളിച്ചില്ല. ഉവ്വ്, രണ്ട് സിനി മയിലഭിനയിക്കുവാൻ വിളിച്ചു. എന്റെ പ്രതിഫലത്തുക കേട്ടപ്പോൾ ഫോൺ കട്ടുചെയ്തു! അത്ര വലിയ തുകയൊന്നുമില്ല; എന്നിട്ടും. സന്തോഷം അടിസ്ഥാനപരമായി ഞാൻ കഥ എഴുത്തുകാരനാണ്. അഭിനയം എന്റെ കുറെ സമയംകളഞ്ഞ്ണ്ട്. ഒരു കാര്യേംണ്ടായില്ല. അതുവേണ്ട എന്നുവച്ചു.

ഇനിയിപ്പൊ നല്ല കാശു കിട്ടിയാൽ അഭിനയിക്കും. തമിഴ് കന്ന ഡയിലും – തിരക്കഥ എഴുത്തു വേണ്ടെന്നുവച്ചില്ല. ജയരാജനുവേണ്ടി അഞ്ചാറെണ്ണം എഴുതി. ചിലത് ജയരാജിനും എനിക്കും അംഗീകാരം നൽകി. ഇപ്പോഴും അദ്ദേഹത്തിനുവേണ്ടി എഴുതുന്നു.

ഒന്നുരണ്ടു വലിയ കഥകൾ മനസ്സിലുണ്ട്. സിനിമയ്ക്കു വേണ്ടിയല്ല. ആര്യാവർത്തം. നമ്മുടെ മുന്തിയ 'മ' പ്രസിദ്ധീകരണങ്ങൾ പ്രസിദ്ധീകരിക്കില്ല. അതുകൊണ്ട് തീർഥസാരഥിയിൽ ആരംഭിച്ചു. മറ്റൊന്ന് – പേരിട്ടിട്ടില്ല.

**ക**ഥയില്ലായ്മകൾ ഇനിയുമുണ്ട്. പറയരുതാത്തതല്ലെങ്കിലും പറയണം എന്നില്ലാത്തത്. എന്റെ പ്രണയകഥകൾ പറയാതെ വയ്യ. പ്രണയം ഇല്ലെങ്കിൽ ജീവിതം ഇല്ല. 'എന്റെ ചക്കരക്കുട്ടി' വായിച്ചു നോക്കൂ. ആനക്കഥകളും ഹിമാലയവും കൈലാസവും ഉണ്ട്. പിരമിഡുകൾ തെളിഞ്ഞുവരുന്നു. ബൗദ്ധപൗർണമി നാളിൽ മാനസ തീരത്ത്, പാതിരയ്ക്ക്, രക്തം മഞ്ഞുകട്ടയാവുന്ന തണുപ്പിൽ ചക്രേശ്വരി തേരിറങ്ങുന്നതു നോക്കിയിരുന്ന മുഹൂർത്തം. 'സമയമായീ, സമയമായീ/തേരിറങ്ങുകംബേ/സകലലോകപാലനൈക/സമയമതാലംബേ!' എന്നുരുവിട്ട് ലളിത ഉണർന്നനേരം... നൈൽനദിയിൽ രക്തം പതയുമ്പോൾ നക്ഷത്രവീഥിയിൽ നിന്നിറങ്ങിവരുന്ന കേരളപുത്രി – ക്ലിയോപാട്രയെ മോഹിച്ച്.

സമയമായി. കൂട്ടമണി അടിക്കാറായി. തെക്കേപ്പുറമ്പിൽ സുന്ദരവിഡ്ഢിയുടെ ചുവട്ടിൽ അഞ്ചാറ് പനമ്പിട സ്ഥലം. അന്തപ്പുരക്കവാടങ്ങളൊക്കെത്തുറന്ന് മടിക്കുത്തഴിഞ്ഞ് മലർന്നുകിടക്കുന്നു. മാടമ്പിന്റെ പിതൃഭൂമി. ഇല്ലത്തുള്ളപ്പോൾ രണ്ടുനേരം തീർഥം തളിക്കും. കാരണവന്മാരധികവും അവിടെയാണ് ഭസ്മമായിത്തീർന്നത്. മരിച്ചുപോയവരൊക്കെ കാരണവന്മാരാണ്. പിതൃക്കളാണ്. എന്റെ ഭാര്യയും (സാവിത്രി) ഒരു പന്തീരാണ്ട് മുമ്പ് പിതൃലോകത്തെത്തി. അനിയൻ ചിത്രന്റെ മകനും. അച്ഛൻ, അമ്മ, അപ്ഫന്മാർ, മുത്തശ്ശിമാർ, വലിയമ്മമാർ എല്ലാവരുമുണ്ട്.

## രണ്ട്

# മാടാവ്

മാടാവ്, മാടാവ് എന്ന ഒരില്ലം. മാടമ്പല്ല. മാടമ്പിന്റെ ശിഷ്യൻ. മാടമ്പ് ഓയ്ക്കാനാകുന്നു. തെക്കാണ് അധികം. വൈക്കം തുടങ്ങി ചെങ്ങന്നൂര് തിരുവല്ല കൂടി ശബരിമല തന്ത്രി താഴമണ്ണും ചെങ്ങന്നൂരെ മിത്രമഠവും ശിഷ്യർ. മാടാവ് ഇല്ലത്തിനടുത്താണ് വേലൂർ. മുദ്രയ്ക്ക് രണ്ട് നാഴികേം കോപ്പും! മാടമ്പ് കിരാലൂരാകുന്നു. പെരുമനം ഗ്രാമക്കാരൻ. മാടാവ് പെരുമനക്കാരല്ല. വടക്കുനിന്നു വന്നവരാണ്. സാക്ഷാൽ പഴശ്ശിയുടെ സഹായി. പഴശ്ശി ചതിയിൽ കൊല്ലപ്പെട്ടപ്പോൾ നാടുവിട്ടോടി എന്നോ മറ്റോ കഥ. ബ്രിട്ടീഷ് ഗവൺമെന്റിന്റെ നേരിട്ടുള്ള മലബാറിൽ താമസിക്കാൻ വയ്യ. ഞങ്ങളുടെ മാടക്ഷിതീശന്റെ നാട്ടിൽ ഓയ്ക്കന്റെ ചുറ്റുവട്ടത്തു വന്നു. ഇടത്തരം ജന്മിയുമായിരുന്നു.

ഓനിച്ചുണ്ണികൾക്ക് മരിച്ച പുലയില്ല. ഇല്ലത്ത് ആരു മരിച്ചാലും പുല ആചരിക്കേണ്ടതില്ല. ബ്രഹ്മചാരി! അപ്പോൾ ഓനിച്ചിരിക്കുമ്പോൾ മരിച്ച പുല വന്നാൽ ഇല്ലത്തു താമസിക്കാൻ വയ്യ. അടുത്തുള്ള ഇല്ലക്കാർ വന്ന് കൂട്ടിക്കൊണ്ടുപോകും. ഇല്ലത്ത് അടുത്ത് പുതുവായ എന്നൊരില്ലമുണ്ട്. അവരല്ല ഞങ്ങളെ കൊണ്ടുപോകാറ്. മാടാവാണ്. ഞങ്ങൾ ഓനിച്ചിരിക്കുമ്പോൾ രണ്ട് മരിച്ച പുല വന്നു. നീലാണ്ടപ്ഫൻ എന്ന മുത്തപ്പനും രാമൻ എന്ന അപ്ഫനും മരിച്ചു. ഏട്ടനും അനിയനും ഞാനും ഓനിച്ചുണ്ണികളാണ്. അനിയേട്ടൻ പത്മനാഭപ്ഫന്റെ മകൻ. ഒപ്പം. ഒരു മാസത്തെ വ്യത്യാസം മാത്രം. അങ്ങനെ രണ്ട് മരിച്ച പെലക്കാലത്തും മാടാവിലായി താമസം. അന്ന് മാടാവ് അച്ഛൻ ഉണ്ട്. ഇപ്പോഴുള്ളവരുടെ മുത്തശ്ശൻ. ന്ന് വെച്ചാൽ ഇപ്പോഴത്തെ കാർന്നോര് കുഞ്ഞുകുട്ടൻ മാടാവിന്റെ മുത്തശ്ശൻ. അദ്ദേഹവും മുത്തശ്ശനായിരിക്കുന്നു. അന്ന് സാക്ഷാൽ അച്ഛൻ മാടാവിന്റെ നല്ലകാലം അവസാനിച്ചിട്ടില്ല. ഒന്നാന്തരം ഇല്ലം. അതിലും ഒന്നാന്തരം പൂമുഖം. പുറത്തളം പടിഞ്ഞാറ്റിയുടെ മുകളിൽ മൂവായിരം പറ വിത്ത് സൂക്ഷിക്കാവുന്ന

പത്തായം! ഒളിച്ചുകളിക്കാൻ ബഹുസുഖം. പത്തായപ്പുര. തൊട്ട് അമ്പലം. ഒരൊറ്റമതില്. അമ്പലക്കുളം. കൂറ്റൻ കുളപ്പുര. കച്ചേരി. ബഹുസുഖം. സമപ്രായക്കാരും ധാരാളം. മാടാവിലുള്ളവരും അടുത്തുള്ളവരും. ഇല്ലത്തേക്കാൾ സ്വാതന്ത്ര്യം കൂടേ എന്നു ശങ്ക. കൂടും. ചങ്ങതേംശാഖേം കടുകട്ടിയായ അച്ഛൻമാടാവിന്റെ ഓയ്ക്കന്മാരാണല്ലോ!!

മാടാവ് അച്ഛൻ എന്ന മൂസാമ്പൂരിയുടെ ആദ്യ അന്തർജ്ജനം പ്രസവത്തോടെ മരിച്ചു. മരിച്ചിട്ടാണോ പ്രസവിച്ചത് എന്നു തീർച്ചയില്ല. അത്രയ്ക്കങ്ങനെ. ഒരൊറ്റ ക്ഷണം. അതിലെ മഹനാണ് കുഞ്ചശ്ശൻ എന്ന മാടാവ്. സുബ്രഹ്മണ്യൻ. ആ പേര് ആരെങ്കിലും പറഞ്ഞു കേട്ടിട്ടില്ല. രണ്ടാമത്തെ ആത്തേമ്മാരിൽ ശങ്കരപ്ഫനും പരേശരപ്ഫനും രണ്ടുപേരും ഗ്രാജുവേറ്റ് ചെയ്തു. ഗവൺമെന്റ് ജോലി. പക്ഷേ, ശങ്കരപ്ഫൻ ചെറിയ തോതിൽ രോഗിയായി. ദെണ്ണം. ജോലി പോയി. പരേശരപ്ഫൻ അസിസ്റ്റന്റ് കളക്ടറായി അടുത്തൂൺപറ്റി. അവർ മൂവരും മരിച്ചു. ഒരോപ്പോളും ഉണ്ട്. ഞങ്ങളവിടെ ഓനിച്ചുണ്ണിയായി കൂടുമ്പോൾ കുഞ്ചശ്ശന്റെ മക്കളുണ്ട്. രണ്ടുമൂന്നുപേർ ഞങ്ങടെ മീതെ. കുഞ്ഞുകുട്ടൻ, മാടാവ് കുഞ്ഞനിയൻ, പിന്നെ തങ്കം. തുടർന്ന് കുഞ്ഞുണ്ണി. അഗ്നിശർമനെന്ന അക്ണിയും കൃഷ്ണനും. അവരുടെ അമ്മയും വേഗം മരിച്ചു. അത്ര വേഗമല്ല, ആറു മക്കളുണ്ടായി. രണ്ടാമതു വേട്ടതിൽ ശ്രീധരൻ അപ്പുക്കുട്ടൻ, ശ്യാമള, എല്ലാവരും ഇപ്പോഴും അടുപ്പം. ച്ചാൽ ഇവന്റെ തോന്നിവാസം അവരെ വെറുപ്പിച്ചില്ല എന്നു താത്പര്യം.

കുഞ്ഞുണ്ണിയും അഗ്നിശർമനെന്ന അക്ണിയും ഏതാണ്ട് സമപ്രായം. അന്ന് മാടാവ് പൂമുഖത്ത് സദാ ആൾക്കൂട്ടം. ശീട്ടാട്ടം. അട്ടി, അങ്കയ്യ് (രണ്ട് ബ്രാഹ്മണകളികൾ. ശീട്ടുതന്നെ) സപ്പോർട്ട് ആറാള്. നാലു പെട്ടി. അതോ എട്ടു പെട്ടിയോ. പിന്നീട് കുറേക്കഴിഞ്ഞ് എട്ടു പെട്ടി സപ്പോർട്ടു കണ്ടിട്ടുണ്ട്. 192 ശീട്ട് ഓർമിക്കണം. വിളി മുഴുവനും ശ്രദ്ധിക്കണം.

ഐ.എ.എസിന് പഠിക്കലാണ് ഇതിലും ഭേദം. നമ്പൂതിരിമാർ മാത്രമല്ല, പട്ടന്മാരും കളിക്കാനുണ്ടാവും. തെക്കേമഠം സ്വാമി. അദ്ദേഹം തെക്കേമഠം ജനറൽ മാനേജർ. കാറിൽ യാത്രചെയ്യാൻള്ള പവറ്!! പക്ഷേ, അന്ന് കൂട്ടിത്തൊട്ടാൽ അയിത്തമാവുന്നവര് ആ പൂമുഖക്കളിയിൽ കണ്ടിട്ടില്ല. മാടാവ് അച്ഛന് സാഹിത്യംണ്ട്ന്ന് കേട്ടിട്ടില്ല.

പക്ഷേ കൊട്ട് - വാദ്യങ്ങളിൽ കമ്പംണ്ട്! ഗ്രഹിതോംണ്ട്. വേലൂര് ഉത്സവകാലത്ത് പ്രസിദ്ധമായ പഞ്ചവാദ്യംണ്ട്. ഒന്നാംകെടക്കാരുടെ ഒത്തൊരുമ. കേക്കാൻ ആളു കുറവ്. അന്നങ്ങനെയാണ്. ക്ഷേത്ര ത്തിൽ ഉത്സവത്തിന് തെരക്ക്ണ്ടാവില്ല. പറമ്പൻപൂരം. പറമ്പൻപാണ്ടി. പൊരിവെയില്. വെടിക്കെട്ട്. ആനമയിലൊട്ടകം. യന്ത്ര ഊഞ്ഞാല്. അതിനാണ് ബഹളം. പൂരവാണിഭം ഒരാണ്ടേയ്ക്കുള്ള ഗൃഹദ്രവ്യവ സ്തുക്കളുടെ കുപ്പിവള, ചാന്ത്, കൺമഷി, പൗഡർ, വാസനസോപ്പ് - മൊത്തക്കച്ചവടസമയമാണ്. ഓനിച്ചുണ്ണികൾക്ക് അയിത്താവാതെ മതിലിനു മുകളിലോ മരക്കൊമ്പിലോ ഇരുന്ന് തുള്ളിയാർക്കാം. ബ്രഹ്മചാരി ശതമർക്കടതുല്യമാണെന്ന് പ്രാമാണംണ്ട്.

കുഞ്ചഛശ്ശന്റെ മക്കൾ കുഞ്ഞുകുട്ടൻ മാടാവും കുഞ്ഞനിയൻ മാടാവും ഞങ്ങളുടെ കൂട്ടുകൂടാറില്ല. മുതിർന്നവർ. ചെമാർത്തം കഴിഞ്ഞു. പത്താംക്ലാസു കഴിഞ്ഞ്ണ്ടാവും. പിന്നെ തങ്കം പെൺകിടാ വായതുകൊണ്ട് കളിയിലില്ല. കുഞ്ഞുണ്ണി അക്ണിമാരാണ് കൂട്ട്. വേലൂരടുത്താണ് മണലിക്കാവ്. കുംഭഭരണി. കുതിരവേല - അരിപ്പറ. അരിപ്പറ ബഹുകേമം. താലമെടുത്ത പെണ്ണുങ്ങൾ രണ്ടുവരി. അന്നേയ്ക്ക് അവർ ബ്ലൗസ് ധരിച്ചിരുന്നു. അവരുടെ ഇടയിലൂടെ കല്പിച്ചു തുള്ളി ഹിയോ വിളിച്ചു തലവെട്ടിപ്പൊളിച്ച് കോമരം!! ഭയാവും. ചോരേം മഞ്ഞപ്പൊടീം ചേർന്ന് മുഖം നിണമൊലിച്ച് കുടുമ പരത്തി അട്ടഹസിച്ച് - ഒരു മേളം!! മേളം വേറേം. പിന്നെ കുതിര. പലദേശക്കാരുടെയും കുതിര എത്തും!! അപൂർവ്വം തിരികുതിരയുമു ണ്ടാവും! അന്ന് ഞങ്ങൾക്ക് "ചാന്ദ്രായ"നേക്കാൾ അദ്ഭുതമായിരുന്നു കുതിര!! തൊടാം. അത്യാവശ്യം കേറിയിരിക്കാം. മണലിക്കാവിലമ്മ യുടെ തിരുമുറ്റത്ത് ഇറക്കിതൊഴുതാൽ സ്വസ്ഥാനത്ത് വെയ്ക്കും. രാവു മുഴുവൻ തിരിച്ചുകൊണ്ടുവരുമ്പോൾ ഒന്നൂല്യ. നിശ്ശബ്ദം. ആർക്കും താല്പര്യംല്ല. ഞങ്ങൾക്കുണ്ട് കുതിര. പാതിരാക്കൊട്ടുകാവ് തട്ടകത്തിൽ. ഒരേയൊരു കുതിര മാത്രം. കിരാലൂരുനിന്ന് മകരഭരണി! ആനപ്പൂരം ണ്ടേ. അതാണ് കേമം. കുതിര - ഞങ്ങടെ ഉരു. പാതിര ക്കൊട്ടുകാവ് നടയ്ക്കലെത്തും. ശൂഠേ! കുതിരേ കൊണ്ടുപോകുമ്പോ അത്യാവശ്യം തല്ല്ണ്ടാവും. മുണ്ടത്തിക്കോട്ടുകാരുമായി. സാരംല്യ. തല്ലും കുത്തും ല്യാന്റെ എന്തു വേലേം പൂരോം.

അപ്പോ, മാടാവ് അച്ഛനും അതിനു മുമ്പുള്ളവരും ഇല്ലത്ത് ഓത്ത് ചൊല്ലി. ശങ്കരമാടവും പരേശപ്ഫനും ചങ്ങത കഴിഞ്ഞു. കുഞ്ചഛശ്ശൻ

ചെല്ലീല്യാ, ന്നാ തോന്നണേ! പിന്നെ മേപ്പട്ട് ആർക്കും ഓത്തില്ല. ഓയ്ക്കന്മാരായ മാടമ്പിനും ഓത്തില്ലാതായി. ചെമാരീടെ മക്കൾക്കൊക്കെ ചങ്ങതേം ശാഖേം കടുകട്ടി. ശാസ്ത്രോംണ്ട്! പിന്നെപ്പിന്നെ ഞങ്ങളായപ്പോ പുണ്യാഹം പാതി! തളിച്ചുകുളിക്കാൻ തോന്നേരിക്കും. മാടാവ് മാത്രമല്ല, മാടമ്പിന്റെ ശിഷ്യന്മാരായിട്ടുള്ളവരിൽ ഇപ്പോ ചങ്ങത കഴിഞ്ഞോരില്ല! ഒരുകാലത്ത് ഭൂമിയേക്കാൾ സ്ഥിരമാണ് എന്ന് നിരീക്ഷിച്ചിരുന്ന ഓത്തത്തംകൂടി ഇല്ലാതായി. നഷ്ടപ്പെട്ടു!

പത്തു വയസ്സിനു മുമ്പുള്ള കഥയാണ്. വലിയ വലിയ നാടകം ഒന്നുംണ്ടാവില്ല. വലിയ സംഭവം ഓനിച്ചിരിക്കുമ്പോൾ സിനിമ കണ്ടു എന്നതാണ്. ഓല ടാക്കീസ് ഓരോ ദിക്കിലങ്ങനെ ഒന്നോ രണ്ടോ മാസം തമ്പടിക്കും. അങ്ങനെ വേലൂരും മുണ്ടൂരും ടാക്കീസു വന്നു. എവിടെയാണാദ്യം കണ്ട്ത്ന്ന് ഓർമ്മേല്യ. ഏതായാലും തറ ടിക്കറ്റായിരുന്നു. ഇപ്പഴും തറ്യാണ് എന്ന് പറഞ്ഞാൽ സമ്മതിക്കാം! അന്ന് മാടാവിലങ്ങനെ കൂടുമ്പൊ ജനിച്ചിട്ടില്ലാത്ത മാടാവ് അപ്പുക്കുട്ടൻ പിന്നീട് അടുത്ത ചങ്ങാതിയുമായി!! അതു പിന്നെപ്പറയാം.

ഇപ്പൊ പറയാം, അക്കാലത്താണ് മാടാവ് ഇല്ലം തീപിടിച്ചത്! എലിയെപ്പിടിക്കാൻ ഇല്ലം ചുട്ടു എന്ന ചൊല്ല് സത്യമായി! ഒരു മൂത്തച്ചോള് അബദ്ധത്തിൽ പറ്റിച്ചതാണ്. വലിയ ഒരെലിപ്പോടിൽ ചകിരിയിട്ട് പുകച്ചു. ആ മാളം തൊട്ട് വയ്ക്കോൽ കൂട്ടിയ നടപ്പുരയിലേക്കു നീണ്ടിരുന്നു. അതന്നെ. വയ്ക്കോലാളി അന്ന് പരീക്ഷാക്കാലമായിരുന്നു. അകലെനിന്ന് വന്നിരുന്ന രണ്ടുമൂന്ന് നമ്പൂരിമാർ എസ്.എസ്.എൽ.സി. എഴുതാൻ മാടാവിൽ താമസിച്ചിരുന്നു. പുത്തൂര് പെരുമ്പടപ്പ്, കൊടയ്ക്കാട്. എല്ലാവരും ത്ലാൻ തേവി തീയണച്ചു. കുട്ടികളായിരുന്ന ഞങ്ങൾക്ക് അതും ഉത്സവമായിരുന്നു. ഉത്സാഹംതന്നെ. അപ്പൊ രണ്ടത്ഭുതം. ഒന്നു സിനിമ. രണ്ട് പെരകത്തണത്. സിനിമ ഏതാന്നറീല്യ. തമിഴാണ്. നേരെ മുമ്പിൽ കൂറ്റൻ വെള്ളിത്തിരയിൽ വാളുകൾ കൂട്ടിമുട്ടി. തീപ്പാറി. തറയിലിരുന്ന ഞങ്ങൾ ചൂളിപ്പിടിച്ചിരുന്നു! അടുത്ത ചാട്ടം ഞങ്ങടെ നടുക്കിലേക്കായാലോ! ശിവാജി ഗണേശനും എം.ജി.ആറും മുഖ്യനായകന്മാർ. എം.എൻ. നമ്പ്യാർ ഉഗ്രൻ വില്ലൻ. ഉണ്ടക്കണ്ണ്. മുഴങ്ങുന്ന ചിരി. തികഞ്ഞ അഭ്യാസി. എല്ലാ കഥയിലും മഹാവില്ലനായ എം.എൻ. നമ്പ്യാർ മരിച്ചുവീണു. എല്ലാവർക്കും സന്തോഷം. ധർമ്മം ജയിച്ചു!! അധർമ്മം മരിച്ചു!! കടവുളെ! കാപ്പാത്തുങ്കോ!!

മൂന്നുകൊല്ലം ഓനിച്ചുണ്ണിയായിരുന്നു! സംസ്കൃതവും ഓത്തും പഠിക്കാതെ ചെമാർത്തവും കഴിഞ്ഞു. ഈ വിധി ജീവിതത്തിൽ ഇന്നേ വരെ തുടർന്നു! ഒന്നും പഠിച്ചില്ല! അഥവാ പടിഞ്ഞില്ല. മനോരാജ്യം തന്നെ! അതുകൊണ്ട് ഒരു ഗുണവും ഉണ്ടായില്ല എന്നു പറയുവാൻ വയ്യ. കുറച്ച് പൊളിക്കഥകൾ എഴുതി!

ഓനിച്ച് ഒരു കൊല്ലം കഴിഞ്ഞപ്പോൾ ഞാൻ അക്കിക്കാവിൽ ചെന്നുപെട്ടു. താത്രി ഓപ്പോൾക്ക് രജിസ്ട്രാപ്പീസിൽ ജോലി കിട്ടി. പുലിയന്നൂർക്കാണ് കൊടുത്തത്. കൃത്യം 18 വയസ്സായപ്പോൾ ജോലി. അക്കിക്കാവിൽ സ്ഥലം മേടിച്ചു. ശങ്കരാലയം. ഓപ്പോള് എന്നേയും കൂട്ടി. അവർ പുലി - ഋഗ്വേദികളാണ്. ഞാൻ യജുസ്സും. എന്റെ വേദപഠനം നിന്നു. ഒപ്പമുണ്ടായിരുന്ന അനിയേട്ടനും ഏട്ടനും (വലിയേട്ടൻ ആസ്ത്രേലിയ) കുറച്ചു ദിവസം കൂടി അഷ്ടമൂർത്തിയപ്ഫന്റെ ശിഷ്യരായി തുടർന്നു. ആ മുത്തപ്ഫൻ സ്ഥിരം യാത്രയായിരുന്നു. പിന്നെ ആരും ഓത്തു പഠിപ്പിക്കാൻ ശ്രമിച്ചില്ല. കാലമതായിരുന്നു. ഓത്തിനൊരു വിലയുമില്ല. പരമപുച്ഛം!! എല്ലാവരും സ്കൂളിൽ ചേർന്നു. (വേലൂർ. ഏട്ടൻ എട്ടിൽ. അനിയേട്ടൻ അഞ്ചിലാന്ന് തോന്നുന്നു. ഞാൻ അക്കിക്കാവിൽ. അക്കിക്കാവിൽനിന്ന് മുണ്ടത്തിക്കോട്ട് ഏഴിൽ. പബ്ലിക് എക്സാമിനേഷൻ. പിന്നെ ആർ.എസ്.ആർ.വി. വേലൂരിൽ. 8,9,10. പത്ത് ഒന്നുകൂടി. തോൽവിയുടെ തുടക്കം ഗംഭീരമായി!)

## സുന്ദരയ്യർ

**അ**ദ്ദേഹം നടവരമ്പിൽനിന്ന് വേലൂർക്ക് മാറ്റം വന്നു. ആരോ പറഞ്ഞ് ഇല്ലത്തെത്തി. വേലൂര് താമസം. രാവിലെ ഇല്ലത്ത് വരും. ഞങ്ങളെ പഠിപ്പിക്കും. ഞങ്ങളുടെ ഒപ്പം ഊണു കഴിച്ച് സ്കൂളിലേക്ക്. അന്ന് മാഷ്ക്ക് കുടുമയുണ്ടായിരുന്നു. പിന്നിക്കുടുമ. ഞാനും - ഞങ്ങളും - കുടുമ വെച്ച്ണ്ട്. സുന്ദരയ്യൻ മാഷ് ഏതു വിഷയോം പഠിപ്പിച്ചു. തിരുമ്പൽ ഉഗ്രം. തുടയുടെ ഉള്ളിൽ നഖമമർത്തി ഒരൊറ്റ തിരി. ഔ! കാന്താരിമുളക് അരച്ചുതേച്ച മാതിരിയുണ്ടാവും. അദ്ദേഹം പഠിപ്പിച്ച (ട്യൂഷൻ) വിഷയത്തിൽ എനിക്ക് നല്ല മാർക്ക് കിട്ടി. തിരുമ്പു നിന്നപ്പോൾ പത്തിൽ തോറ്റു. മാഷ് സ്കൗട്ടിന്റെ മാഷായിരുന്നു. പഠിപ്പിക്കുക എന്ന ഒരൊറ്റ ചിന്തമാത്രം. വേലൂര് പരശുരാമയ്യരുടെ മഠം ഉണ്ടായിരുന്നു.

പ്രാന്തൻ മാഷ് എന്ന പേരിൽ പാഠകക്കാരനും ഭാഗ്യക്കുറിക്കാരനുമായി/ ഈ കഥയില്ലായ്മയുടെ തുടക്കത്തിൽ പറഞ്ഞിട്ടുണ്ട് - മറ്റൊരിടത്ത്, ഞങ്ങടെ നാട്ടില് സ്കൂള് പി.എം.എൽ.പി. പരശുരാം മെമ്മോറിയൽ ലോവർ പ്രൈമറി ഈ മാഷ് ആരംഭിച്ചതാണ്. അനവധി കാലം മാടമ്പിന്റേതായിരുന്നു. എനിക്ക് സൗകര്യം കിട്ടിയപ്പോൾ ഞാനതു വിറ്റു!

പന്ത്രണ്ടിൽ വ്യാഴം! പെരത്തറ പൊളിച്ചില്ല. പറ്റണതൊക്കെ പൊളിച്ചു. ഇത് പറ്റാഞ്ഞിട്ടാണ്!!

കുട്ടമശ്ശേരി നാരായണപ്പിഷാരടിയായിരുന്നു ആർ.എസ്.ആർ.വിയിൽ എച്ച്.എം. മഹാപണ്ഡിതൻ. കവി. ഗവേഷകൻ. കേരളം കല്പിച്ചുകൂട്ടി മറന്ന പണ്ഡിതരാജൻ. സ്കൂളു തുടങ്ങിയ ആദ്യത്തെ ഹെഡ്മാഷ് വെങ്കിടേശ്വരയ്യരും. ഈ ഷാരടിമാഷും സ്കൂൾ ലൈബ്രറി വളർത്തി. ഇന്നും അമൂല്യങ്ങളായ പുസ്തകങ്ങൾ അവിടെയുണ്ട്. ദുർഗാവിലാസം സംസ്കൃത സ്കൂളായിട്ടായിരുന്നു തുടക്കം. പിന്നീട് ഹൈസ്കൂളായി. ഗവൺമെന്റായി. രാജാ സർ രാമവർമ്മയായി. ഈ പേരിനെച്ചൊല്ലി ഞാൻ ഏറെ ഊറ്റംകൊണ്ടിട്ടുണ്ട്. സ്കൂൾ പഠന കാലത്ത് സ്കൂളിനോ എനിക്കോ ഓർമ്മിക്കാവുന്ന ഒന്നും ഇല്ല. ഒന്നിലും കേമത്തംല്യ. ഒരു കളീം അറീല്യ. അന്ന് പറമ്പൻ ഫുട്ബോളാണ്. മെക്കട്ടു കയറുന്നതാണ് കഴിവ്!! അതും അറീല്യ.

പരിതസ്ഥിതിയാണ് മനുഷ്യനെ രൂപപ്പെടുത്തുന്നതെന്ന് പറഞ്ഞാൽ കഷ്ടിപിഷ്ടിയേ സമ്മതാവൂ. സാക്ഷാൽ ഇ.എം.എസ്. നമ്പൂതിരിപ്പാടും സഹോദരങ്ങളും ഒരേ കാലത്ത് ഒരേ ഇല്ലത്ത് ജനിച്ചു. ഒരേ തരത്തിലുള്ള വിദ്യാഭ്യാസം. എന്നിട്ടോ! ഓരോ വ്യക്തികളേയും എടുത്തുനോക്കാം. വിധി അവരെ എവിടെ എത്തിച്ചു എന്നു കാണുമ്പോൾ അദ്ഭുതം! കുറച്ചൊക്കെ ജാതകഫലം എന്നു പറയേണ്ടിവരും. രൂപംല്യ! അതെങ്കിലും പറയാതെ വയ്യ. പച്ചച്ചാണകത്തിന് തീപിടിച്ചപോലെ ഒരു ജീവിതം. ഉറങ്ങീം ഓരോന്നു നിരീച്ച് മനപ്പായസമുണ്ടും അങ്ങനെയങ്ങനെ വയസ്സ് ഏറിയേറി വന്നു. ശാന്തിയൊഴിച്ച് ഒരു ജോലിക്കും അർഹതയില്ല. നോ വിദ്യാഭ്യാസം. വിദ്യാഭ്യാസം പഠിച്ചില്ല! എന്നാലും നാടുവിട്ടാൽ ജോലികിട്ടും. കേമനാവാം. എന്ന് ഉൾവിളി കേക്കാതിരിക്കുവാനായില്ല. ഇല്ലത്തിരുന്ന് മൂക്കുമുട്ടെ ഘ്വാസാൻ ള്ള മിടുക്കുപോരല്ലോ പരദേശത്ത് ചെന്ന്

ജോലി തരാക്കാൻ. ഒന്നും തരായില്ല. 5 രൂപ ദിവസക്കൂലിക്ക് ഒരു കോൺട്രാക്ടറുടെ പിന്നാലെ ഇത്തിരി നടന്നു. ഒന്നും അറീല്യ! പിന്നെന്തു ചെയ്യും? ഒടുക്കം ഇല്ലത്തേക്കുതന്നെ തിരിച്ചെത്തി. ഇതൊന്നും ഇല്ലത്തു ദാരിദ്ര്യമുണ്ടായതുകൊണ്ടു സംഭവിച്ചതല്ല. പഠിച്ചിരുന്നു എങ്കിൽ എവിടംവരെയും പഠിക്കാമായിരുന്നു! ശുദ്ധമണ്ടനായാൾ വ്യവഹാരം ചെയ്യും! ശങ്കരൻ മാടമ്പിന്റെ രണ്ടാമത്തെ മകന് [illegible] ഒരു പോരായണ്ടോ!ണ്ട്. എനിക്കും തോന്നി!

അപ്പഴയ്ക്കും ഇല്ലത്ത് ആനയെ മേടിച്ചിരുന്നു. കുട്ടികൃഷ്ണൻ. മൂസേട്ടൻ എന്നു ഭൂമിലയാളോം തൃപ്പൂണിത്തുറേം അറിയുന്ന വടക്കേടത്തു പെരുമ്പടപ്പ് മൂസ്. ഓത്തൻ, തന്ത്രിമുഖ്യൻ, പ്രഭു. ഒരു സ്വകാര്യം. അദ്ദേഹം എന്റെ അമ്മയുടെ അമ്മാവനുമാകുന്നു. പണ്ടേ ആനയുള്ളവർ. കാറും ഉണ്ട്. തിരുവനന്തപുരത്തുകൂടി സ്വത്ത്. വടക്കേടത്ത് പെരുമ്പടപ്പാണ് കുറുമാലി പട്ടുതോൾക്ക് ഇരുന്നത്. മൂസേട്ടന്റെ നേരെ അനിയൻ. ഇച്ചാത അമ്മാമൻ. പടുതോള് പ്രഭുക്കളായിരുന്നു. അപ്പോ എന്തേ പറഞ്ഞേച്ചാ, അപ്പോ ഒരു പണിയായി. കുട്ടികൃഷ്ണനെ കുളിപ്പിക്കുക. ഉത്സവ-പൂരങ്ങൾക്ക് ഒപ്പം പോവുക. ഒരു കാരണം കൂടിയുണ്ട്. കുട്ടികൃഷ്ണന്റെ ഒരാനക്കാരൻ മൊയ്തുവായിരുന്നു. മൊയ്തു മുസ്ലിമായിരുന്നു. അമ്പലത്തിൽ കടക്കാൻ വയ്യ! അത്രേള്ളൂ. ഇന്നത്തെപോലെ അത്ര വാശിയൊന്നുമില്ല. നാട്ടിൻപുറത്ത് ഹിന്ദു-മുസ്ലിം തമ്മിൽ വ്യത്യാസോംല്യ. എന്റെ കുഗ്രാമത്തിൽ മുസ്ലിമില്ല. എങ്കിലും പഴയ മനസ്സിൽ മാപ്ലലഹളയുടെ പേടി ഉണ്ടായിരുന്നു. അച്ഛന്റേയും അമ്മയുടേയും കുട്ടിക്കാലത്ത് മലബാറിൽനിന്ന് പേടിച്ചോടി വന്ന നമ്പൂരിമാർ ഞങ്ങടെ ചാർച്ചക്കാരുടെ ഇല്ലങ്ങളിൽ താമസിച്ചിരുന്നു. അവരുടെ അനുഭവകഥകൾ കേട്ട തലമുറ ഭയന്നിരുന്നു. പ്രത്യേകിച്ചും നമ്പൂതിരിമാർ. അമ്പലവാസികൾ. തിരിച്ചടിക്കുവാൻ ശക്തിയില്ലാത്തവരാണല്ലോ ഈ ചക്ക-മാങ്ങ, വെണ്ട വഴുതനത്തീനികൾ! സാക്ഷാൽ ഇ.എം.എസ്. നമ്പൂതിരിപ്പാടിന്റെ ഇല്ലക്കാരും ഏലംകുളം ഉപേക്ഷിച്ച് ഓടിപ്പോയി. വെള്ളാങ്ങല്ലൂര് ഒരില്ലത്തു താമസിച്ചിരുന്നു. ഇ.എം.എസ്. അടക്കം. ആ ഭയം സഖാവിനെ മരണം വരെ വിട്ടുമാറിയില്ല എന്ന് ഒരു മനഃശാസ്ത്രജ്ഞന് സമർത്ഥിക്കുവാനാവും. സാക്ഷാൽ ഇ.എം.എസ്. നമ്പൂതിരിപ്പാടിന് പേടിയോ!! മഹാപാപം പറയരുത്.

മൂന്ന്

# ഉരുളച്ചോറ്

'എന്റമ്മ, കുഞ്ചിയമ്മ. രണ്ടാളും വലിയമ്മമാർ. ബാലവിധവകളുമായി രുന്നു. എന്റെ രണ്ടു വലിയച്ഛന്മാർ 17–18 വയസ്സിൽ മരിച്ചു. അവരുടെ ഭാര്യമാരായിരുന്നു കുഞ്ചിയമ്മയും എന്റമ്മയും! 14–15 വയസ്സിൽ വിധവ യായി. പിന്നെ 70 കൊല്ലം ജീവിച്ചു! ഈ വലിയമ്മമാരാണ് ഞങ്ങളെ വളർത്തിയത്. അമ്മ പ്രസവിച്ചിട്ടേയുള്ളൂ. ബാക്കിയൊക്കെ കുഞ്ചി യമ്മ - എന്റമ്മമാരുടെ ഭാരമായിരുന്നു.

ഞങ്ങൾ എട്ടായിരുന്നു. 4+4=8. നാലാണും നാലു പെണ്ണും. അതിൽ ആറും ഇപ്പോഴുമുണ്ട്. രണ്ട് ഓപ്പോളുമാർ മരിച്ചു. ഒരാൾ ചെറുപ്പത്തിൽ. താത്രി ഓപ്പോൾ. വേളികഴിഞ്ഞ് മൂന്നു കുട്ടികളായി ഇരുപത്തിയെട്ടുവയസ്സിൽ. മറ്റേ ഓപ്പോൾ എഴുപത്തിയെട്ടു വയസ്സിൽ. പിന്നെ അപ്ഫന്മാരുടെ മക്കളിൽ ചിലർ. അപൂർവമായെങ്കിലും, ഒഴിവുകാലത്ത് മരുമക്കൾ. ചുരുക്കത്തിൽ നാലിറയത്ത് ഒരു വട്ടം ഇലവെയ്ക്കാനുള്ള ഉണ്ണികൾ. പണിക്കാരുടെ മക്കൾ. പുറത്തളത്തിൽ. പുറത്ത്. ഇറയത്ത്. ജാതിതിരിച്ച്.

ഇതിനും പുറമെയാണ് ഉരുള. രാവിലെ നേദ്യം കഴിഞ്ഞാൽ കുഞ്ചി യമ്മ ഉരുള ഉരുട്ടും. ഒരു കൈയിൽ ഒതുങ്ങാത്ത ഉരുള. ചീനച്ചട്ടിയിൽ ഉപ്പും ഉപ്പിലിട്ടതിന്റെ വെള്ളവും കൂട്ടി ഉപ്പേരി പതിച്ച്. അത് അയൽവീട്ടിലുള്ള കുട്ടികൾക്കാണ്. ഓരോ വീട്ടിലുള്ള കുട്ടികളുടെ എണ്ണം നോക്കി. ഉച്ചയ്ക്കുമുമ്പായി ഈ കുട്ടികളും അവരുടെ അമ്മ മാരും കെഴക്കോർത്ത് ഹാജർ. "അടിയന്റെ വീട്ടിൽ അഞ്ച് അടിക്കിടാ ങ്ങളുണ്ട്", "അടിയന്റോടെ നാലെണ്ണം." നേരിട്ടു വരാത്തവരുടെ കണ ക്കാണ്. കുഞ്ചിയമ്മ അവരു പറഞ്ഞതനുസരിച്ച് കൊടുക്കും. ഇല്ലത്ത് സന്തതിയുണ്ടാവാനും, തന്റെ വരും ജന്മം നന്നാവാനുമാവാം. ഇടയ്ക്ക് ഞാനും പറയും. അടിയന് നാല്. കുഞ്ചിയമ്മ ചിരിച്ച് എനിക്കും

ഉരുള തരും. നല്ല സ്വാദ്!! ഇപ്പോഴും നാക്കത്ത് വെള്ളം നിറയും! ഇത്ര സ്വാദുണ്ടാക്കാൻ മറ്റാർക്കുമാവില്ല!!

കുട്ടിപ്പെര വെച്ചുകളിക്കുന്നവർക്ക് രണ്ടിടങ്ങഴി അരിയൊക്കെ അമ്മ കൊടുക്കും. ഓപ്പോളുമാരും - താത്രിയോപ്പോളാണ് മുഖ്യം എന്ന് ഡോ. എം.പി. പരമേശ്വരൻ - ഉണ്ണ്യേട്ടനും കൂടി സദ്യയുണ്ടാക്കും. അച്ഛനെ കൂടി ക്ഷണിക്കും. അദ്ദേഹം അവരുടെ കൂടെ തേങ്ങേന്റേയോ പഞ്ചാരേന്റേയോ ചോട്ടിലിരുന്ന് അത് സ്വാദോടെ കഴിക്കും. "എനിക്കിന്ന് വൈകുന്നേരം ഒന്നും വേണ്ട" കുട്ടികളുടെ സദ്യ കേമായി" എന്നു പറയുമായിരുന്നുവത്രെ. അതനുഭവിക്കുവാൻ എനിക്കു ഭാഗ്യമുണ്ടായില്ല. അപ്പോഴേക്കും ആ സെറ്റ് വലുതായി. ഞങ്ങൾ കുട്ടികളായിരുന്നെങ്കിലും കുട്ടിപ്പെര സദ്യ ഇല്ലാതായി. പിന്നെ ഊട്ടുപുരയും വീണു!! ഞാനായിട്ട് പൊളിച്ചുകളഞ്ഞു.

എന്റമ്മേം കുഞ്ചിയമ്മേം ഭാഗ്യവതികളാണ് എന്നു പറഞ്ഞ ഒരു പേരശ്ശിയും എനിക്കുണ്ടായിരുന്നു. അമ്മയുടെ നേരെ ഏടത്തി. വേളി കഴിഞ്ഞ് നാലാംദിവസത്തിനുമുമ്പ് വിധവയായി. വേലി പൊളിച്ച് കുടിവെപ്പും വേണ്ടിവന്നു. വേളിക്രിയ മുഴുവനാകുംമുമ്പ് വേട്ട നമ്പൂരി മരിച്ചാൽ അങ്ങനെ വേണത്രെ! - എന്ന് വൈദീകവിധി! ബൗധായനീയ സൂത്രമാവേരിക്കും!! അതൊക്കെ അന്നത്തെ നമ്പൂരി കൃകൃത്യമായി പാലിച്ചു. ബ്രാഹ്മണ്യം, ഓത്ത് സംസ്കൃതം, ശാസ്ത്രം. ഒരു ശങ്കേംല്യ! പക്ഷേ, മനുഷ്യത്വം! അത് ഇന്ന് ചിന്തിക്കേണ്ടതില്ല. ചരിത്രം പഠിക്കുന്നവർക്ക് ഒരു ഗവേഷണവിഷയമാവാം.

നേർത്തെ സൂചിപ്പിച്ച മൂന്ന് അമ്മമാരുടെ കാര്യത്തിലും ജ്യോതിഷം ഇടപെട്ടിട്ടുണ്ട്. അമ്മയുടെ ഏടത്തി ജനിച്ചപ്പോൾ മുത്തശ്ശൻ പറഞ്ഞു: "അതിന് അന്നത്തിന് മുട്ടില്ല. പിന്നൊക്കെ നന്നെ ചീത്ത്യാണ്. പെൺകൊട... കഴ്യെരിക്കും." മുത്തശ്ശൻ മുപ്പത്തിരണ്ടാവും മുമ്പു മരിച്ചു! ഒന്നും കാണേണ്ടിവന്നില്ല.

എന്റമ്മ - കുഞ്ച്യമ്മമാരുടെ ജാതകം മഹാപണ്ഡിതനായ ഒരു സാത്വികൻ നോക്കി. കുഞ്ചിയമ്മയുടെ ജാതകം. എടുക്കാം എന്നു പറഞ്ഞു. വലിയച്ഛൻ മൂന്നുമാസത്തിനകം മരിച്ചു. 18 വയസ്സായിണ്ടാവും. അതേ ജാതകവുമായി അതേ പണ്ഡിതന്റെ മുമ്പിൽ മുത്തപ്ഫൻ പോയി! "ഏയ്! അബദ്ധം! വൈധവ്യം! വ്യക്തം. ആ ജാതകം കളയൂ" അതുകേട്ട് മുത്തപ്ഫൻ പറഞ്ഞു "ഈ ജാതകം

എടുക്കാംന്ന് അവിടുന്നുതന്നെ മൂന്നുമാസം മുമ്പു പറഞ്ഞു. വേളീം കഴിഞ്ഞു. അയാള് മരിക്കേം ചെയ്തു."

പണ്ഡിതനായ സാത്വികൻ അല്പനേരം ചിന്തിച്ചിരുന്നു. "എന്താവോ അങ്ങനെ പറയാൻ തോന്ന്യേ! അലംഘനീയമായ വിധി ആവേരിക്കും."

ഏതായാലും ജ്യോതിഷപണ്ഡിതനായിരുന്ന ആ മുത്തപ്ഫൻ ജീവിതകാലം മുഴുവനും ജ്യോതിഷം പഠിപ്പിച്ചിട്ടും ഒരു ജാതകവും നോക്കിയിട്ടില്ല!! പഠിപ്പിക്കും! തൊഴിൽ എന്ന നിലയ്ക്കുകൂടിയല്ല. ചതുശ്ശാസ്ത്രപണ്ഡിതനായിരുന്ന അവിടത്തെ തളരാത്ത വിദ്വത്തം! ബുദ്ധിക്കുള്ള വ്യായാമം!! അവിടുന്ന് അഷ്ടാംഗഹൃദയവും പഠിപ്പിച്ചു! ഒരാളേയും ചികിത്സിച്ചില്ല. നിരന്തരമായ പഠനസ്വാധ്യായങ്ങൾ മാത്രം. താർക്കികനായിട്ടും പണ്ഡിതസദസ്സിലും അധികം പ്രത്യക്ഷപ്പെട്ടില്ല. ആദ്യകാലത്ത് പങ്കെടുത്തിരുന്നു എന്നു കേട്ടിട്ടുണ്ട്. രേവതി പട്ടത്താനത്തിനും തൃപ്പൂണിത്തുറയും. പിന്നെ അവിടേയും വാക്യാർത്ഥത്തിനു പങ്കുകൊള്ളാറില്ല. സദസ്സ് മുഴുവനും അവിടത്തെ അംഗീകരിച്ചിരുന്നു. അദ്ദേഹം ശുക്രനീതിയും കൗടില്യന്റെ അർത്ഥശാസ്ത്രവും അദ്ധ്യാത്മ രാമായണവും പരിഭാഷ ചെയ്തു.

അദ്ദേഹത്തിന്റെ പേര് ചിത്രഭാനു എന്നായിരുന്നു. ജീവിതകാലം മുഴുവനും പഠിപ്പിച്ചു. മക്കൾ സഹസ്രാഭിഷിക്തനായ കേരളവർമ്മയും അനുജൻ രാമവർമ്മയും പൂർണാരോഗ്യത്തോടെ കഴിയുന്നു! മഹളേരും അവരുടെ മക്കളും ആ മഹാധിഷണയുടെ ചെറിയ തീപ്പൊരികൾ വളർത്തുന്നു.

ക്ഷമിക്കണം. എന്റെ കുടുംബകഥ പറയാനല്ല പുറപ്പെട്ടത്. പറഞ്ഞുവന്നപ്പൊ ഇത്തിരിയൊന്നു തൊട്ടുപോയി!

ചിത്രൻ മാടമ്പിന്റെ തലമുറയിൽ എല്ലാവർക്കും ചങ്ങതേം ശാഖേം കടുകട്ടി. എന്തെങ്കിലും ഒരു ശാസ്ത്രവും ആവാം. പിന്നെ വന്ന തലമുറ ചങ്ങത മാത്രം ഉള്ളവരായിരുന്നു. ഞങ്ങളുടെ കാലമായപ്പോഴേക്കും ഓത്തും സംസ്കൃതവും ഇല്ലാതായി!! ചിത്രപ്പൻ എന്ന വിദ്വാൻ മാടമ്പിനു മുമ്പും മാടമ്പ് അറിയപ്പെട്ടിരുന്നു. മഹാകവി ഉള്ളൂരാണ് എഴുതിയത് അത് മാടമ്പ് അല്ല എന്ന്. ചന്ദ്രോത്സവകർത്താവ് മാടമ്പ് അല്ല എന്ന് താത്പര്യം. മാടമ്പ് അല്ല എന്ന് മഹാകവി ഉള്ളൂർ പറയണമെങ്കിൽ ആണ് എന്ന് ആരെങ്കിലും പറഞ്ഞിട്ടുണ്ടാവണം. ആര്! അറിയില്ല!

ആരായാലും എനിക്കും ഇത്തിരി ഊറ്റം നടിക്കാമല്ലോ. മാടമ്പ് അത്ര മോശല്ല!! സാഹിത്യം പൈതൃകമായി ലഭിച്ചതാണ്!!

ഇതിലധികം കുന്തിച്ചു കുന്തിച്ചു നടന്നാൽ... അതുകൊണ്ട് അതു മതിയാക്കി. എനി ഇതു തുടരാം.

അപ്പൊ ആ കുട്ടിക്കാലം എല്ലാവരേയുംപോലെ കഴിഞ്ഞു. നമ്പൂരിക്കുട്ടികൾക്ക് ഓനിക്കുംവരെ സർവസ്വാതന്ത്ര്യമുണ്ട്. പെൺകിടാങ്ങൾക്ക് തിരണ്ടുതീണ്ടാരി തുടങ്ങുംവരേയ്ക്കും. ഉണ്ണികൾക്ക് ഓന്യം കഴിഞ്ഞ് ചെമാർത്തശേഷം ശുദ്ധമുക്തിയായി. ഉപരിപഠനം ഓത്തിലും സംസ്കൃതത്തിലും ആവാം. പിന്നെ നിർബന്ധം കുറയും. ശാസ്ത്രപഠനം ഏറെക്കുറെ സ്വതാത്പര്യമനുസരിച്ചായിരിക്കുമല്ലോ. അപൂർവം കുടുംബങ്ങളിൽ മാത്രമേ ശാസ്ത്രം പാരമ്പര്യമായുള്ളൂ. വൈദ്യവും മന്ത്രവാദവും തന്ത്രവും കുലകർമ്മമായുള്ളവരുണ്ടുതാനും. മാടമ്പിന് ഈ പറഞ്ഞതൊന്നുമില്ല!!

ചെമാർത്തം കഴിഞ്ഞാൽ കാടുകാട്ടാം! വാരംപൂരം! ഇബന്റെ യൗവ്വനാരംഭത്തിൽ സാമ്പത്തികമാന്ദ്യത്തിന്റെ മഹാമൂർദ്ധന്യമായിരുന്നു! എന്നുവെച്ച് ഇല്ലത്ത് ദാരിദ്ര്യമുണ്ടായിരുന്നു എന്നർത്ഥമില്ല. ഒട്ടുമുണ്ടായിരുന്നില്ല! ഇപ്പോൾ ദാരിദ്ര്യം അനുഭവിച്ചു എന്നു പറയുന്നതും ഫാഷനാണല്ലോ. തൊഴിലാളിവർഗ്ഗത്തിന്റെ ദത്തുപുത്രൻ എന്നൊക്കെ പറയുംപോലെ ചെറുപ്പത്തിൽ ധാരാളം പട്ടിണി കിടന്നിട്ടുണ്ട് എന്നു പറയുന്നതും കേമത്തമാണത്രെ. ആ കേമത്തം എനിക്കു ചാർത്തിക്കിട്ടിയില്ല. എല്ലാവർക്കും ശകാരിക്കാവുന്ന പിന്തിരിപ്പൻ ബൂർഷ്വ സവർണമൂരാച്ചിയായി ഞാൻ വളർന്നു!

എന്നിട്ടും ചെമാർത്തം കഴിഞ്ഞ ഉടനെ ശാന്തിക്കു പോകേണ്ടിവന്നു. ആനപ്പുറം ദഹണ്ണം ഉപതൊഴിലുമായി. അത്യാവശ്യം നാലണത്തുട്ട് എട്ടണത്തുട്ടിന് ആനപ്പുറം. കാർന്നോമ്മാരറിയാതെ. ആറാട്ടുപുഴ പെരുവനം. അത്രയൊക്കേ വേണ്ടൂ. തൃശൂരുനിന്ന് ഒരു കാപ്പി പലഹാരം. രണ്ടണയ്ക്ക് തറ ടിക്കറ്റിലൊരു സിനിമ. തമിഴ്! മലൈക്കള്ളൻ. കഴിഞ്ഞു. അതിലധികം മോഹമില്ല.

ഇല്ലത്ത് കഷ്ടിച്ച് കഴിഞ്ഞുകൂടുവാനുണ്ട്. ആഭിജാത്യോം കൊറവല്ല. കർമ്മികളാണ്. യാഗാധികാരികൾ. എന്നിട്ടും പലപ്പോഴും അവഹേളനം സഹിക്കേണ്ടിവന്നു.

ആരാ.

മാടമ്പ്. ശങ്കരന്റെ മഹൻ!

ച്ചാലോ?

നമ്പൂര്യല്യ നിശ്ശം!

അങ്ങനെ തുടങ്ങും. ആഢ്യനല്ല എന്നർത്ഥം.

ച്ചാൽ?

ച്ചാൽ ശാന്തിക്കാരനാണ്!

ഓഹോ! ഉം... ഉം...

ചോദിച്ചവർക്കു സമാധാനായി. ആസ്യനായ ഒരു ഇര വന്നുപെട്ടു വല്ലോ.

അകത്ത് അമ്മമാർ ഇതിലുമധികം സഹിച്ചിരിക്കും. വേളികുടി വെപ്പിന് ക്ഷണിച്ച് എത്തിയതായിരിക്കും.

ന്നാലും, ആത്തെമ്മാരോള് ഉണ്ണാനിരിക്കുമ്പോൾ കേട്ടിട്ടുണ്ട്-ത്രെ!

പഴം ചീങ്ങേയ്ക്ക്ണു. വളമ്പാൻ വയ്യ നിശ്ശം!!

കളയണ്ട ആ ആസ്യമ്മാർക്ക് വിളമ്പാം!!

ഒട്ടും വിദ്വേഷത്തോടുകൂടിയല്ല ഇത് എഴുതുന്നത്. അറപതു കൊല്ലംമുമ്പ് ഏതാണ്ട് മറക്കാൻ തുടങ്ങിയ ഒരു ആഢ്യ-ആസ്യ ബന്ധം പറഞ്ഞു എന്നേയുള്ളൂ.

ഇതൊക്കെ ഇടത്തരക്കാർക്കും അവരിലും താണവർക്കും അനുഭവിക്കേണ്ടിവന്ന കഥയാണ്. അപ്പോൾ, പൂണൂല്ണ്ട് പന്തിഭോജനം ആവാം; അതിലധികം ഒന്നൂല്യ എന്ന നിലയ്ക്കുള്ളവരനുഭവിച്ചതോ! പിന്നെ നമ്പീശൻ നമ്പിടി നമ്പ്യാര് - അവരുടെ കഥ എന്താവും.

പൂശാലിനമ്പ്യാരും മരുമകൻ വെണ്ണകൃഷ്ണനും ഇല്ലത്ത് ആനക്കാരായിരുന്നു. പക്ഷേ, എശമാനൻ എന്നു വിളിച്ചില്ലെങ്കിൽ മുഖം കറക്കും. അറന്നൂററുവരുടെ നായകൻ. വെളുവെളാ വെളുപ്പിച്ച പൂണൂല്. രണ്ടാംമുണ്ട്! കുടുമ! മടിയിൽ വെള്ളരിക്കചെല്ലം!! ആനക്കാരനാച്ചാല് ചെങ്ങഴിക്കോട് വാളുനമ്പിസ്ഥാനിയായിരുന്നു!

പിന്നൊരു ആനക്കാരൻ മാപ്ലയായിരുന്നു. മൊയ്തു. മീശ, പച്ച ബൽട്ട്, എളിയിൽ കത്തി! കണ്ടാ ഭയാവും. എശമാനൻ കൊണ്ടു വന്നാക്കിയതാ! കല്ലുവെട്ടിൽനിന്ന് നേരിട്ടു പ്രമോഷൻ!

മൊയ്തു ശുദ്ധനും സ്നേഹസമ്പന്നനുമായിരുന്നു. ആനക്കാരനാണല്ലോ. അമ്പലത്തിലാണ് പണി. മുസ്ലിമായതുകൊണ്ട് ക്ഷേത്രത്തിൽ കടക്കണ്ട. മതിലിനു പുറത്തുകൂടി നടക്കും. ഇടയ്ക്കൊക്കെ ചില ശബ്ദം ഉണ്ടാക്കും. മതില് എന്നു പറഞ്ഞാൽ മതിലിന്റെ സ്ഥാനം കാണാം. ഒരു വര. അപ്പുറം ഇപ്പുറം. അന്ന് – ഏതാണ്ട് അമ്പത്തിയഞ്ചുകൊല്ലം മുമ്പ് ഞങ്ങടെ നാട്ടിൽ ഇന്നത്തെപ്പോലെ മതഭ്രാന്ത് ഉണ്ടായിരുന്നില്ല. വിഷം ഒട്ടും ഉണ്ടായിരുന്നില്ല. ഇപ്പൊ... പറയാൻ വയ്യ! എന്തു പറഞ്ഞാലും ന്യൂനപക്ഷപീഡനമാവും. മാടമ്പ് ഭൂരിപക്ഷമായ സവർണഫാസിസ്റ്റാകുന്നു!! ഒരു രക്ഷേംല്യ!! ഇരയെ പിടിക്കാൻ താപ്പുനോക്കിയിരിക്കുന്ന വേട്ടക്കാരനാകുന്നു!!

ആനക്കമ്പം മൂത്തതുകൊണ്ടാവും ഞാനെപ്പോഴും നമ്പ്യാർ – എശമാനൻ – മൊയ്തുവിന്റെ കൂടെയാവും. കുട്ടികൃഷ്ണൻ ഒരു ഓട്ടക്കാരനായിരുന്നു. ഒരിക്കൽ അകിലാണം കാട്ടിൽ കയറി. മൂന്നു ദിവസം കഴിഞ്ഞാണ് കിട്ടിയത്. ആ മൂന്നുനാൾ ഞങ്ങൾ നന്നായി ആഘോഷിച്ചു. കാട്ടിൽ നെല്ലിക്ക, ചോലവെള്ളം, ചില കിഴങ്ങുകൾ. മാനം നോക്കിയുള്ള കിടപ്പ്. കുട്ടികൃഷ്ണനെ കിട്ടിയപ്പോഴായിരുന്നു ദുഃഖം. പിന്നേം കുട്ടികൃഷ്ണൻ ഓടീട്ട്ണ്ട്. എടക്കുളത്തൂര് ആറാട്ടു ദിവസം. ആറാട്ടുകഴിഞ്ഞ് കൊടിമരം കുത്തി. കൊടുത്തു ഒരോട്ടം. പൂരപ്പറമ്പിൽ തലങ്ങും വിലങ്ങും കിടക്കുന്നവരെ ചവിട്ടാതെ അവനെങ്ങനെ ഓടി എന്നതാണദ്ഭുതം! കൃകൃത്യം!!

എശമാന്മാരും മൊയ്തുവും കുട്ടികൃഷ്ണനെ മാത്രേ നോക്കീള്ളൂ. വലിയ ആനകളെ അവർ അകലെ നിന്നു നോക്ക്വ. ഭൂതകാലവീരസ്യങ്ങൾ ആൽത്തറയ്ക്കലും അമ്പലപ്പറമ്പിലും നിറംമുക്കി കാറ്റത്തിട്ടു.

## ഓണേഴ്സ്

**ശീ**ട്ടുകളി. തനി നമ്പൂരിമാരുടെ കളിയായ അങ്കയ്യും ആട്ടിയുമല്ല. സാധാരണ അമ്പത്തിയാറ്. സപ്പോർട്ട്. ആറാള് നോട്രമ്പ്. എടക്കളത്തൂരുത്സവക്കാലത്താണ് അഖണ്ഡ സപ്പോർട്ടുയജ്ഞം. തിരക്കുപിടിച്ച ദഹണ്ണത്തിനിടയിൽ കൃഷ്ണേട്ടൻകൂടി വരും. കൃഷ്ണേട്ടൻച്ചാൽ മഴുവഞ്ചേരി കൃഷ്ണൻ എമ്പ്രാന്തിരി. ഇപ്പഴും ഉണ്ട്. ഉത്സവം

കൊടികയറിയാൽ കൃഷ്ണേട്ടൻ മാത്രം. രണ്ടുനേരം മൂന്നുംനാലും പറ അരിവെയ്ക്കണം. ഉത്സവബലിക്കും ആറാട്ടിനും കഞ്ഞി. ആറു പറ ചുരുങ്ങിയത്. സഹായിയില്ല. വെള്ളം കോരാൻ പാട്ടേംകയറും. പതിനാലു കോല് കിണറിന്റെ ഉള്ളിൽ വേറെ കിണറ്. ചോറ് കൂട്ടാൻ ഉപ്പേരി പപ്പടം. ചുക്കുവെള്ളം. ഇതിനിടയിൽ രണ്ടു കയ്യ് സപ്പോർട്ട്. പൂമുഖത്ത്. പൂമുഖവാതിൽക്കൽ ചാരുകസേരയിൽ വലിയപ്ഫൻ. ചുളിയാത്ത കോട്ടൺഡബ്ബിൾ. ബനിയൻ. ഊശൻ കുടുമ മൂടി തലേക്കെട്ട്, തൂവെള്ള. അപ്ഫനും തനിത്തങ്കനിറം. അവിടെ കിടന്നാൽ പടിക്കലേക്കും ഊട്ടുപുരയിലേക്കും ഒരു കണ്ണ്. അഴിക്കിടയിലൂടെ പുറത്തേയ്ക്കും. തൊട്ടുമുമ്പിൽ കാര്യസ്ഥൻ കൃഷ്ണൻനായർ. ചന്നനംകുമരത്ത് കൃഷ്ണൻനായർ. ആറടി നീളം. നീണ്ടുനിവർന്ന്. ക്ലോസ് ക്രോപ്പ്. 701 മല്ല്. കക്ഷത്തിൽ പച്ചക്കരയൻ രണ്ടാംമുണ്ട്. ഒക്കെ കേമം. ഓണേഴ്സിൽ കുറഞ്ഞ് വിളിക്കില്ല. അങ്ങനെ ഓണേഴ്സ് കൃഷ്ണൻനായരായി.

കാര്യസ്ഥൻ കൃഷ്ണൻനായർ എപ്പഴും വലിയപ്ഫന്റെ കൺമുമ്പിലുണ്ടാവും. പക്ഷേ, കണ്ണും കാതും പൂമുഖത്താണ്. സപ്പോർട്ടുകളിയിൽ. ഇടയ്ക്കെങ്ങാനും അപ്ഫൻ കുളത്തിലേക്കോ മറ്റോ പോയാൽ ഓടിവന്നിരിക്കും. "ഒരു കയ്യ്. വേഗം. അവ്ട്ന്ന് എഴുന്നള്ളും മുമ്പ്."

ഓണേഴ്സിൽ കുറഞ്ഞ വിളിയില്ല. തോറ്റാൽ ദേഷ്യം വരും. അധികവും തോൽക്കും. പിന്നെ ശീട്ടു വലിച്ചെറിയലായി, എണീറ്റ് മാറലായി; ഒക്കെ ക്ഷണം മാത്രം. വീണ്ടും തോൽക്കാനായി ഒരു അയമ്പത്താറ് നേട്രമ്പ്! കൃഷ്ണൻനായർക്ക് എല്ലാം ഓണേഴ്സാണ്! ഒശത്തി. 701 മല്ല് - മുമ്പു പറഞ്ഞു. കാക്കി പോലീസ് ഷർട്ട്. കരയുന്ന ചെരിപ്പ്. ലതർബാഗ്. ഒരിക്കൽ മീശ വെച്ചു എന്നു പറഞ്ഞിട്ടുണ്ട്. കൃഷ്ണൻനായരുതന്നെ പറഞ്ഞതാണ്. കൊമ്പൻ. ഓണേഴ്സ് മീശ. രണ്ടു കൊമ്പത്തും ഓരോ ചെറുനാരങ്ങ വെയ്ക്കാം. അന്ന് തമിഴ്നാട്ടിൽ ബിസിനസ് ഏജന്റ്. ആനക്കൊമ്പ്. വൈരക്കല്ല്. കുറഞ്ഞതൊന്നും അവിടെ പറ്റില്ല. അങ്ങനെ ഒരു യാത്രയിൽ മദിരാശി വെച്ച് തമ്പ്രാനെ കണ്ടു. ഒരു നിമിഷം! വലിയമ്പ്രാൻ ഒന്നു നോക്കി. "കൃഷ്ണനല്ലെ? ഈ കോമാളിവേഷം" പിന്നെ ശങ്കിച്ചില്ല. അടുത്തുള്ള ക്ഷൗരക്കടയിൽ പോയി. ക്ലീൻ ഷേവ്! പിന്നെ മീശവെച്ചില്ല. മീശക്കാരെ കാണുന്നതും സുഖല്ല.

അക്കാലത്താണ് എടക്കളത്തൂര് വടക്കേടം കുട്ടികളെ കഥകളി പഠിപ്പിക്കുവാനാഗ്രഹിച്ചത്. കലാമണ്ഡലം കോഴ്സ് കഴിഞ്ഞവർ നേരെ എടക്കളത്തൂരിലേക്ക്. പത്മനാഭൻ. (ഇപ്പോൾ ഡൽഹിയിൽ, പെൻഷൻ പറ്റി), ഷാരടി വാസു, വെളുത്ത ഗോപി, പാട്ട് സുബ്രഹ്മണ്യൻ – പതുക്കെപ്പതുക്കെ എടക്കളത്തൂര് ഒരു കഥകളി ആസ്വാദക സംഘം ഉരുത്തിരിഞ്ഞുവന്നു. [illegible] കുട്ടികളും അമ്പലവാസി കിടാങ്ങളും കച്ചകെട്ടി. അവരിൽ ചിലർ മിടുക്കന്മാരുമായി. ഇല്ലത്തുവക മഠത്തിലാവും പലപ്പോഴും ചൊല്ലിയാട്ടം. ഉഴിച്ചിലും. അതൊക്കെ കണ്ടുകണ്ട് എനിക്കും ഇത്തിരി കമ്പം തുടങ്ങിയോ! ണ്ടാവില്ല. ഒരു സുകുമാരകലകളും എനിക്കു വഴങ്ങില്ല; ഒരു കലേം – താളംല്യ!! എങ്ങനേയോ മലയാളം കഷ്ടിപിഷ്ടി ഒപ്പിക്കാം. പരുക്കൻ ഗദ്യം!

എടക്കളത്തൂര് അമ്പലം മാടമ്പിന്റേതാകുന്നു. സ്വത്തും മോശമല്ല. വിശാലമായ അമ്പലപ്പറമ്പ് 10–15 ഏക്കറിലധികം. വലിയ കുളം. മഠം. ഏഴു ദിവസത്തെ ഉത്സവം. തൃശൂർ പൂരം കഴിഞ്ഞ് പിറ്റേന്ന് കൊടികയറ്റം. ഉത്രം. ഉത്രം വാരത്തിന്റെ കണക്ക്. അപൂർവം പിറ്റേന്റെ പിറ്റെ ദിവസമാകാറുണ്ട്. അന്നൊക്കെ തൃശൂർപൂരം ഒടുക്കത്തെ പൂരമാണ്. അതുകഴിഞ്ഞാൽ ഇരിങ്ങാലക്കുടയും എടക്കളത്തൂരും ഉത്സവംമാത്രം. എടക്കളത്തൂര് എട്ടുദിവസം. ഇരിങ്ങാലക്കുട പത്ത്. വാദ്യക്കാരേയും ആനയേയും കിട്ടും. അവിടന്നങ്ങോട്ട് പണിയില്ലാത്ത നാളുകൾ. ലഭ്യം ഇത്തിരി കുറഞ്ഞാലും കുശാലായ ഭക്ഷണം. തേച്ചുകുളി. മുറുക്കാൻ. അത്യാവശ്യം ചില്ലറയും. കേച്ചേരിപ്പുഴ അമ്പലത്തിന്റെ പടിഞ്ഞാറ് ഒരു നാഴികമാറി ഒഴുകുന്നു. ഉച്ചയ്ക്ക് ഊണുകഴിഞ്ഞാൽ ഞങ്ങൾ പുഴയിലേക്കു പോകും. സമപ്രായക്കാരായ വാദ്യക്കാരും നാട്ടുകാരുമുണ്ടാവും. സന്ധ്യാവന്ദനത്തിന്റെ നേരത്തേ കുളിച്ചുകയറൂ. പിന്നെ അമ്പലത്തിൽ. അത്താഴം കഴിഞ്ഞാൽ തായമ്പക! അങ്ങനെ അക്കാലം പരമസുഖം!

ഞാൻ തൃശൂര് പൂരം കഴിഞ്ഞ് പിറ്റേന്ന് നേർത്തെ കാളവണ്ടി തെളിച്ച് എടക്കളത്തൂര് എത്തും. വണ്ടിയിൽ ചെമ്പുചരക്ക് കിണ്ടി അണ്ടാവ്, ലോട്ട, ഓട്ടുഗ്ലാസുകളാണ്. മഠത്തിൽ പാത്രങ്ങളില്ല. പിറ്റേന്നു തൊട്ട് ഊട്ടുതുടങ്ങുകയായി. വലിയപ്ഫനും കൊടിയേറ്റത്തിനെത്തും. ആറാട്ടു കഴിഞ്ഞേ പോകൂ. അദ്ദേഹം ദേശമംഗലത്ത് കുഞ്ഞനിയൻ നമ്പൂതിരിയുടെ ആശ്രിതൻ. തൃശൂര് കിഴക്കുംപാട്ടുകരയിൽ താമസം. ഒരു ജീവിതം മുഴുവനും ദേശമംഗലത്ത്. ആദ്യം ഓത്തുചൊല്ലാൻ

അഷ്ടമൂർത്തിയപ്ഫൻ കൊണ്ടുപോയി. ഇടക്കാലത്ത് കുറച്ചുകൊല്ലം ശ്വാസംമുട്ടുകാരനായി വിശ്രമം. ബാക്കികാലം മുഴുവനും കുഞ്ഞനിയൻ നമ്പൂതിരിയുടെ കയ്യാള്! അവിവാഹിതൻ. കുഞ്ഞനിയൻ നമ്പൂതിരിപ്പാടും അവിവാഹിതനായിരുന്നു. എടക്കളത്തൂര് ഇപ്പോഴും ഉത്സവമുണ്ട്. മഹാകേമം. നാട്ടാരുടെ ഉത്സാഹം. ഇക്കാലത്ത് പൂരവേലകൾക്ക് പണത്തിനു ക്ഷാമമില്ല. ഞാൻ പറഞ്ഞ ആ കൗമാര-യൗവ്വനാരംഭത്തിൽ നാടൊട്ടുക്ക് മാന്ദ്യം. പാട്ടമിച്ചവാരം കിട്ടാതായി. ക്ഷേത്രജീവനക്കാർ ഒഴിയാൻ തുടങ്ങി. എങ്കിലും എട്ടുദിവസം നന്നെ മോശമല്ലാതെ കൊണ്ടാടി. മഠത്തിൽ എല്ലാവർക്കും ഊണ്. അത്യാവശ്യം തേച്ചുകുളി. അങ്ങനെ തീരെ വറ്റാതെ ആ കാലം ഒഴുകിപ്പോയി. ചന്ദ്രോത്സവത്തിനു പുളകം ചാർത്തിയ മേദിനീവെണ്ണിലാവ് അവിടെ എവിടെയോ ശങ്കരകവിയുടെ നിഴലുപറ്റി നടന്നിരുന്നു. ചരൽപ്പറമ്പിൽ ചെന്താമര വിരിയിച്ച ആ നിത്യകാമുകിയുടെ കാൽപ്പാടുകൾ പ്രദക്ഷിണവഴിയിൽ ഇന്നും കാണാം.

ചന്ദ്രോത്സവവും ഉണ്ണുനീലിസന്ദേശവും മറ്റ് മാരകേളി മഹിളാമണികളും ചോടുവെച്ചു കളിച്ച മനോമുറ്റത്തുതന്നെ ഉണ്ണായിവാരിയരും ഘനഗംഭീരനായി അടുക്കുവാനാവാതെ ഛത്രചാമരങ്ങളോടെ എഴുന്നള്ളിയിരുന്നു. അതാവാം പിന്നീട് ഭാരത-രാമായണങ്ങളിലേക്കും കുഞ്ചൻനമ്പ്യാരിലേക്കും ഉപനയിച്ചത്.

ഉത്സവക്കാലത്ത് മാത്രമല്ല, പിന്നീട് പലപ്പോഴും എടക്കളത്തൂരു താമസിച്ചിരുന്നു. മണ്ഡലം നാല്പത്തിയൊന്നു നാളും തന്ത്രിയുടെ നവകം പതിവുണ്ട്. ഇപ്പോഴും. പക്ഷേ, മണ്ഡലം തൊഴാനൊന്നും ഞാൻ പോയിട്ടില്ല. താമരത്തിരുത്തി ശാന്തിക്കാരനായി അവരോധിക്കപ്പെട്ട അഞ്ചാറുകൊല്ലം ഒരിടത്തും പോയിട്ടുമില്ല. ശാന്തി പശുക്കറവ് പോലെയാണ്. പണിയുടെ കാര്യത്തിൽ. രണ്ടുനേരം മുട്ടാതെ എത്തണം. പ്രതിഫലം - മിക്ക ക്ഷേത്രങ്ങളിലും നന്നെ തുച്ഛം. (ഞാൻ ശാന്തിചെയ്ത താമരത്തിരുത്തി മണ്ഡലം നാല്പത്തിയൊന്നു ദിവസവും ഉച്ചതിരിഞ്ഞ് പാൽപ്പായസമുണ്ട്. ഒരു കൊടം പാല് എന്നാ പറയാ. അക്കാലം അടുത്തുള്ള സ്കൂള് നേർത്തെ വിടും. കുട്ടികൾ കൂട്ടത്തോടെ അമ്പലത്തിലെത്തും. കുളിച്ച് പായസത്തിനിരിക്കും. ബ്രാഹ്മണർക്ക് വലിയമ്പലത്തിൽ. ശൂദ്രർക്ക് മതിലകത്ത്. അഹിന്ദു-അയിത്തക്കാർക്ക് ഗോപുരത്തിനു പുറത്ത്. നിലത്ത് ചെറിയ കുഴിയുണ്ടാക്കി ഇല വെയ്ക്കും. ചില കുട്ടികൾ പാത്രം കൊണ്ടുവരും.

പാൽപ്പായസം വീട്ടിലേക്കും കൊണ്ടുപോകും. അതെ. പാൽപ്പായസമാണ്. മധുരമില്ല. പഞ്ചസാര പതിവില്ല. ശാന്തിക്കാരനായ എനിക്ക് ഒടുക്കേ തരാവൂ! ചിലപ്പോൾ എരട്ടഗോപ്യാവും! “അവനോന്ള്ളത് ഒരു തൂക്കുപാത്രത്തിൽ ആദ്യം മാറ്റിവെച്ചോളൂ.” പുതുവായ തേതിയമ്മ ഉപദേശിക്കും. പക്ഷേ, അതുണ്ടായില്ല.

ഇന്ന് അദ്ഭുതം. എനിക്ക് പായസം വെക്കാനറിയില്ല. എന്നിട്ടും ആ പാൽപ്പായസത്തിന് നല്ല സ്വാദുണ്ടായിരുന്നു - അന്ന് കഴിച്ചവർ പറയാറുണ്ട്. താമരത്തിരുത്തി കൃഷ്ണന്റെ അനുഗ്രഹാവും! അടുക്കള കൃഷ്ണനാണത്രെ. മുമ്പ് ആത്തേമ്മാരോള് നേദിച്ചിരുന്നു. കാലം കുറെ കഴിഞ്ഞ് ഞാൻ മാടമ്പ് കുഞ്ഞുകുട്ടനായി ഇത്തിരി മേനിക്കണ്ടപ്പനായപ്പോൾ ഏറ്റവും അടുത്ത ഒരു സുഹൃത്തിനുവേണ്ടി പായസം വെച്ചു!! ആ ലേഡി ഡോക്ടർ പിന്നെ ജീവിതത്തിൽ പായസം കഴിച്ചിട്ടുണ്ടാവില്ല.

അറിയാത്ത കാര്യം ഞാൻ പിന്നേം ചെയ്ത്ണ്ട്. അതിൽ ഒന്നു മാത്രം ഇന്നും എന്നെ വേദനിപ്പിക്കുന്നു. ട്യൂഷൻ മാഷായി കുപ്പായമിട്ട കാലം. മുട്ടുശാന്തിക്കാരനായി രണ്ടുമൂന്നു കുട്ടികളെ ഇംഗ്ലീഷു പഠിപ്പിച്ചു. കുറച്ചു ദിവസം! പോരെ! ആ കുട്ടികൾ, ഇന്ന് ഷഷ്ഠിപൂർത്തിയായിട്ടുണ്ടാവും; എനിക്കു മാപ്പുതരട്ടെ. ഞാൻ നല്ല ടീച്ചറല്ല. മലയാളം, നന്നെ കുറച്ചു കുട്ടികളുള്ള ക്ലാസിൽ പഠിപ്പിക്കാമെന്നുള്ള നാട്യമുണ്ടായിരുന്നു. പത്തുനൂറ് കുട്ടികളെ കണ്ടാൽ തൊണ്ട പാണ്ടി കൊട്ടും! എന്നിട്ടും ഞാൻ നല്ല മാഷായിരുന്നു എന്നു പറയുന്നവരുണ്ട്. അവരുടെ ദാക്ഷിണ്യം!! എനിക്കറിയാത്തതു പഠിപ്പിച്ച മഹാപാപം പൊറുത്തരുളണേ!!

## നാല്

# നമ്പൂരിവിഡ്ഢിത്തം

**വി**ഡ്ഢിത്തം എന്റെ ജന്മാവകാശമാകുന്നു!

ജന്മായത്തമായ ആ സിദ്ധി ഞാൻ കർമ്മംകൊണ്ടു വർദ്ധിപ്പിക്കുകയും ചെയ്തു. നിത്യമായ സാധന തന്നെയാണ് മഹാസിദ്ധികൾക്ക് ആധാരം.

ആദ്യം പറഞ്ഞ വിഡ്ഢിത്തം ഏതാണെന്നറിയില്ല. ഓർമ്മയിൽ ഉള്ളത് പറയാം. ഇല്ലത്ത് പത്തായപ്പുരയിൽ വെച്ച് ആരൊക്കെയോ ചേർന്ന് കൈക്കുളങ്ങര രാമവാരിയരെപറ്റി പറയുകയായിരുന്നു. അതു കേട്ട് നിന്ന ഞാൻ ഉടനെ ചോദിച്ചു.

"കൈക്കുളങ്ങര വാരിയര് ഏത് ഷാരത്ത്യാ!"

ങ്ങേ! സദസ്സ് സ്തംഭിച്ചു.

വാരര് ഷാരത്ത്യാവോ!

ഇല്ല്യേ! ഇല്ലെങ്കിൽ – എനിക്കു മനസ്സിലായില്ല.

ആ; ആ ശങ്കരൻ മാടമ്പിന്റെ രണ്ടാമത്തെ മഹന് ത്തിരി ഒരു പോരായണ്ടോ.

അതിഥികളിലാരോ പറഞ്ഞു.

യ്ക്കും തേന്നേണ്ടായി!! ഒരു.. രു... ഒരു ഭ്രമളിത്തോ... മന്ദത്തോ... എന്താവോ.

അതെതെ! നിത്ത്യോം നൂറ്റെട്ട് എത്തം ഇടട്ടെ. സമക്ഷത്ത് നാണം കെടാതിരിക്കാൻ! ശിവങ്കൽദർശംനോം... ങ്ങേ!

അവർ തീർപ്പുകല്പിച്ചു. എല്ലാവരും അച്ഛന്റെ സ്വന്തം. മാടമ്പിന് നന്നാവാനാഗ്രഹിക്കുന്നവർ. ത്ര സമ്മതനായുള്ള ശങ്കരൻ മാടമ്പിന് ഇത്ര വിഡ്ഢിയായ ഒരു മഹനോ... ശിവശിവ!!

അക്കാലം അതായിരുന്നു. പ്രായമായ ഏതു നമ്പൂതിരിക്കും ശകാരിക്കാം. ശിക്ഷിക്കാം. ശിക്ഷ ച്ചാൽ ഏത്തമിടൽ, നമസ്കാരം, പഞ്ചാക്ഷരം ജപം! ബുദ്ധി നന്നാവാൻ!

മുറ്റത്തുവീണ മാവില കടിച്ചതിന്. തുപ്പലു ചവിട്ടിയതിന്. കോണകം മുഴുവനഴിക്കാതെ മൂത്രമൊഴിച്ചതിന്. മൂത്രശങ്ക കഴിഞ്ഞ് ഏഴേഴ് നാല്പത്തിയൊമ്പത് ശൗചം കബളിപ്പിച്ചതിന് - മലശോധനയ്ക്കുശേഷം പന്തീര് പന്ത്രണ്ട് നൂറ്റിനാല്പത്തിനാല്. പിന്നെ നാല്പത്തിഒമ്പതും! ആവൂ. ശൗചാചമനങ്ങൾക്കുതന്നെ ഒരു തച്ചു വേണം. ഏതെങ്കിലും വിദഗ്ധനേത്രങ്ങൾ കളവുകണ്ടെത്തും. അന്ന് ഒളിക്യാമറയില്ല. ഒളിനോട്ടവുമില്ല. നേരെ മുമ്പിൽ ചെന്നുചാടും. മുഖത്തുനോക്കി പൊളിപറയാനും വശായിട്ടില്ല.

അയിത്തശുദ്ധങ്ങളിൽ ഏറെക്കുറെ കഠിനനിഷ്ഠയുണ്ടായിരുന്ന എനിക്കപ്ഫൻ എന്ന നീലാണ്ടപ്ഫൻ ഞങ്ങളെ ഉപനയിച്ച് ഒരു കൊല്ലം കഴിയുംമുമ്പെ മരിച്ചു. ഞങ്ങൾ, ഏട്ടൻ നാരായണൻ (നാല്പത് കൊല്ലമായി ആസ്ത്രേലിയ, സിഡ്നിയിൽ) അനിയേട്ടൻ (പത്മനാഭപ്ഫന്റെ മകൻ ഗുരുവായൂർ സ്വസ്ഥം; എന്റെ ഒപ്പം ഒരു മാസത്തെ മൂപ്പ് - കഥ, നാടകം, നോവൽ എഴുതാറുണ്ട് മാടമ്പ് അനിയൻ) പിന്നെ ഞാൻ. ഞങ്ങൾ ഒരുമിച്ചാണ് മൂന്നുകൊല്ലം ഓനിച്ചിരുന്നത്. അന്നേ എല്ലാം തെറ്റിപ്പറയുന്ന തകരാറ് എനിക്കുണ്ടായിരുന്നു. തിത്തിത്തുരുള!! "ഈശ്വരാ! ന്റെ കദളിപ്പഴേ! എനിയ്ക്കൊരു ഹനുമാങ്കുട്ടിണ്ടായാൽ നൂറ്റൊന്നു ഉണ്ണികളെ തൊലിച്ചുനേദിക്കാം." പ്രസിദ്ധമായ നമ്പൂതിരി കമലയാണ്. "ഈശ്വരാ, ന്റെ ഹനുമാൻകുട്ടീ! എനിക്കൊരുണ്ണിണ്ടായാൽ നൂറ്റൊന്ന് കദളിപ്പഴം തൊലിച്ചു നേദിക്കാം" എന്നാണുദ്ദേശിച്ചത്. ഞാനാ ജാതിയായിരുന്നു! ഇപ്പോഴും ലിഫ്റ്റിന് ഷിഫ്റ്റ് എന്നു പറയും. എവിട്യാ താമസിച്ചേന്നു ചോദിച്ചാൽ To let എന്നു പറയും. ലോഡ്ജിന്റെ പേര് "വാടകയ്ക്ക്" എന്ന ബോർഡായി മാറും! ഇതൊക്കെ മൈനർ വിഡ്ഢിത്തം.

മേജർ-ഹിമാലയൻ-വിഡ്ഢിത്തം വേറെയാകുന്നു. ഒന്ന് സ്കൂള് വിറ്റു. രണ്ട് ബി.ജെ.പി. സ്ഥാനാർത്ഥിയായി കൊടുങ്ങല്ലൂര് മത്സരിച്ചു! സ്കൂള് പോയി - അത് സാരമാക്കണ്ട. വിചാരിച്ച പോലെയായില്ല. ഞാനാരോടും ആലോചിക്കാതെ ചെയ്ത വങ്കത്തം. വേണമെങ്കിൽ വേറെ സ്കൂളുണ്ടാക്കാം! പണത്തിനാണ് വിറ്റത് എന്ന് പറയാനും

വയ്യ. പണം ആവശ്യമുണ്ടായിരുന്നു. ആവശ്യത്തിനു മുഴുവൻ കിട്ടിയതുമില്ല. ആ കഥ ഇവിടെ ആവശ്യമില്ല.

സ്ഥാനാർത്ഥിയായതും വെറുതേ! ഞാൻ ബി.ജെ.പി. അംഗമല്ല. ഒരു രാഷ്ട്രീയപാർട്ടിയിലും അംഗമല്ല. ഹിന്ദുവായി ജനിച്ചു. സനാതന ഹിന്ദുവായി ജീവിക്കുന്നു. ശീലം. ഭാരതീയസംസ്കാരം - ചിന്ത-പഠിക്കുവാൻ മോഹിക്കുന്നു. അതിലധികമില്ല. പക്ഷേ, ബി.ജെ.പി. എന്ന മുദ്രകുത്തപ്പെട്ടപ്പോൾ പഴയ നീണ്ട സൗഹൃദങ്ങൾ നുറുങ്ങി. എന്റെ വായിലെ നാക്കിന്റെ ചാപല്യം! എന്തേ സ്ഥാനാർത്ഥിയാവാൻ കാരണം! ഒന്നുമില്ല. കൊടുങ്ങല്ലൂര് ഇലക്ഷന് നിക്കാമോ എന്ന് ചോദിച്ചു! ഓഹോ! ധാരാളം! "ഒരു മലർപ്പൊടിക്കാര"ന്റെ മോഹവുമല്ലായിരുന്നു. തമാശ കൂടിയല്ലായിരുന്നു. നിസ്സംഗത! എന്റെ കളികൾ ഞാൻ കാണുന്ന സുഖം. അപ്പോഴേക്കും ഞാൻ കൗളം സാധന തുടങ്ങിയിരുന്നു! അതിനുംമുമ്പ് ഞാൻ യുവകലാസാഹിതി സംസ്ഥാന പ്രസിഡണ്ടായിരുന്നു. അന്നും പാർട്ടി മെമ്പറല്ല! അതിനും മുമ്പ് തെരഞ്ഞെടുപ്പ് എന്നു പറഞ്ഞാൽ "രണ്ടു കഴുത നിന്നാൽ ഒന്നു ജയിക്കും" എന്ന് ഞാൻ നിർവചിച്ചിട്ടുണ്ട്! അറംപറ്റി. ഞാൻ കഴുതയായി! തോറ്റ കഴുത!!

ഏതാണ്ട് അറുപതുകൊല്ലം മുമ്പ് ജാതിയുണ്ടായിരുന്നു. തീണ്ടലും ഉണ്ടായിരുന്നു. നമ്പൂതിരിപ്രഭുത്വവും അഷ്ടഗൃഹാഢ്യജന്മവും മറ്റു നമ്പൂതിരിമാരെക്കൂടി തീണ്ടപ്പാട് മാറ്റിനിർത്താൻ ശ്രമിച്ചിരുന്നു. ഒക്കെ ശരിയാണ്. അതിന്റെ ചെറിയ ചെറിയ അലകൾ എന്നേയും തട്ടിവീഴ്ത്താൻ ശ്രമിച്ചിട്ടുണ്ട്. ഞാൻ അശ്വത്ഥാമാവ് എഴുതിയപ്പോൾ ശകാരം അത്ര രൂക്ഷമായിരുന്നില്ല. ഭ്രഷ്ട് ആയപ്പോൾ നസ്യം+ ശകാരം നന്നായി. ആരാ ഈ കുഞ്ഞുകുട്ടൻ! അവണപ്പറമ്പിന്റെ ശാന്ത്യോ. സാമാന്യം പോലൊരു ഡിഗ്രീണ്ടൊ അയാൾക്ക്! ആരോ എഴുതിക്കൊടക്കാണ്. വി.ടി.യോ, കോവിലനോ!

(എന്റെ 'നിഷാദ'ത്തിന്റെ മുഖക്കുറിപ്പിൽ ഈ വിഷയം സൂചിപ്പിച്ചിട്ടുണ്ട്).

പറയാൻ വിചാരിച്ചത് നമ്പൂരിഗർവാണ്! കാലം എത്ര വേഗം മാറി. ഇന്ന് സാക്ഷാൽ തമ്പ്രാക്കളുടെ മകളുടെ മകൾ മുസ്ലിമായി മാറി. തമ്പ്രാക്കളുടെ മകൾ. പൂമുള്ളിക്കു കൊടുത്ത മകളുടെ മകളാണ് പൊന്നാനിയിൽ പോയി പ്രവാചകമതത്തിൽ ചേർന്നത്. ഇന്ത്യാരാജ്യത്ത് പ്രായപൂർത്തി വന്ന സ്ത്രീപുരുഷന്മാർക്ക് ഇഷ്ടപ്പെട്ട

ഇണയെ തെരഞ്ഞെടുക്കാം. വിവാഹം ചെയ്യാം. പക്ഷേ, അവരെ എന്തിനാണ് മതംമാറ്റുന്നത് എന്നറിയില്ല. പരലോകസുഖത്തിനാവാം. കാഫിറിന്ന് മുക്തിയില്ലല്ലോ! ഇത്രയും എഴുതിയപ്പോൾ എനിക്കും ഇത്തിരി ജാതിഭ്രാന്തുണ്ടോ എന്നു ശങ്ക!! ഒരിത്തിരി ഹിന്ദുത്വം ഉണരുന്നുണ്ടോ!!

പതുക്കെപ്പതുക്കെന്തന്നെ നമ്പൂതിരി പ്രഭുത്വം മറക്കാൻ ശ്രമിച്ചു. കണ്ടില്ല, കേട്ടില്ലാന്നു നടിച്ചു. അതിനെത്രയോ മുമ്പ് ഞാൻ അവരെ ശ്രദ്ധിക്കാതായി! അപ്പോൾ, കാലത്തിന്റെ കളി അകന്നു നിന്നു കാണുന്ന സുഖം അനുഭവിക്കാറായി.

നമ്പൂതിരിയൊഴിച്ച് ഒരു സമൂഹത്തിനും ഇത്രവേഗം ഇത്ര വലിയ മാറ്റം ഉൾക്കൊള്ളേണ്ടിവന്നിട്ടുണ്ടാവില്ല. അടിമുടി മാറി. മാറ്റം അറിഞ്ഞില്ല. അത്രയേറെ വേഗത്തിലായിരുന്നു. ചേലപ്പുതപ്പും മറക്കുടയുമായി നടന്നവരുടെ മക്കൾ കടലുകടന്ന് ഉദ്യോഗം ഭരിച്ചു. കുടുമ മുറിക്കലും പൂണൂലുപൊട്ടിക്കലും വേണ്ടിവന്നില്ല. ആ വിപ്ലവം ഇടിമിന്നൽപോലെ വന്നുപോയി. നമ്പൂതിരിയോഗക്ഷേമസഭയുണ്ട്. പൂണൂലും ഉണ്ട്. ഇത്തിരി ഉണ്ണികൾ ഓത്തുചൊല്ലുന്നുണ്ട്. അത്രേന്നെ. തന്ത്രി. മന്ത്രവാദത്തിന് കാശും ഉണ്ട്. പക്ഷേ, നമ്പൂതിരി ഒരിക്കലും തിരിഞ്ഞുനടക്കില്ല. എന്തുചെയ്താലും ആർക്കും വിരോധംല്യ. തമ്പ്രാക്കളും സ്മാർത്തനും വൈദികനും ഒരു സ്ഥാനവുമില്ല. അവരും സ്ഥാനം മോഹിക്കുന്നുണ്ടാവില്ല. നമ്പൂരി ഓട്ട്ഭണ്ഡാരവുമല്ല. പിന്നെങ്ങനെ പാർട്ടി കൈത്താങ്ങുണ്ടാവും! കേരള കോൺഗ്രസ്സുപോലെ ഒരു പാർട്ടി ഉണ്ടാക്കാമെന്നുവെച്ചാൽ – ആലോചനയുണ്ട്. ഒരു നമ്പൂരി കോ–ക–പാർട്ടി!!

അക്കാലംവരെ വാരമുണ്ടായിരുന്നു. പല ക്ഷേത്രങ്ങളിലും. കിരാലൂര് അഷ്ടമിവാരം. കേമം! ദഹണ്ണത്തിന് കൂടും. ലഭ്യത്തിനല്ല. വലിയപ്ഫനോ കുഞ്ഞപ്ഫനോ ആരെങ്കിലുംണ്ടാവും. പണി ലളിതം. ലഘു. വെള്ളം കോരുക. നാളികേരം ചെരണ്ടുക. അരയ്ക്കുക. ഊണുകാലായാൽ ഇലവെക്കുക. ഉപ്പിലിട്ടത് ഉപ്പേരി വിളമ്പുക. ഒവന്യോം ചെമാർത്തോം കഴിഞ്ഞ് വേഗം ശാന്തിക്കാരനായി. താമരത്തിരുത്തി. അവിടെ വാരം ഇല്യ. പൂരംല്യ. ഊരാളനും ശാന്തിക്കാരനും കഴകക്കാരനും ആനേണ്ട്! ഇങ്ങനെ ഒരു ക്ഷേത്രം ഭൂമിമലയാളത്തിലും തൃപ്പൂണിത്തുറേം ഇല്ല. പക്ഷേ, ഒരെഴുന്നള്ളിപ്പും ഇല്യ!

മുട്ടുശാന്തിയാണ് ഒരു പുറംപണി. ചിലപ്പോൾ ചില്ലറ തരാവും. കിരാലൂരും പുല്ലോറയും കുറുമാലും പുതുവായയാണ് ശാന്തിക്കാരൻ. അവർക്ക് പുല വന്നാൽ മൂന്ന് അമ്പലംകൂടി ഇബന്റെ ചുമതലയായി. വേലൂരും കണ്ടൻകുളങ്ങരേം മാടാവ്. ഒരിക്കൽ മാടാവിനും പുതുവായക്കും ഒരുമിച്ചു പുല!! എല്ലാം എന്റെ മണ്ടയ്ക്ക്. രാവിലെ കിരാലൂരു നിന്നാരംഭിച്ച് താമരത്തിരുത്തി പുല്ലോറ കഴിഞ്ഞ് കുറുമാല് രണ്ടമ്പലത്തിലും പൂജിച്ച് വേലൂർക്ക്. വേലൂരും കണ്ടംകുളങ്ങരയും കഴിഞ്ഞാൽ വൈകുന്നേരത്തെ തൊടങ്ങാം. പുല്ലോറ ഒരു നേരം മതി! ഏതായാലും അക്കാലത്ത് ഞാനൊരു സൈക്കിൾ വാങ്ങി. സ്വന്തം! സ്വയം അധ്വാനിച്ച് സ്വന്തം വാഹനം വാങ്ങിയ മാടമ്പ് ഞാനാവുമെന്ന് കുറച്ചുകാലം മേനിക്കണ്ടപ്പനായി നടന്നു. അത് ഒരു പോഴത്തമായിരുന്നു. മുത്തപ്പൻ-സാക്ഷാൽ വിദ്വാൻ ചിത്രൻ മാടമ്പ് സൈക്കിൾ സവാരി ചെയ്തിരുന്നു! കൗടില്യന്റെ അർത്ഥശാസ്ത്രവും ശുക്രനീതിയും രാമായണാദികളും പരിഭാഷപ്പെടുത്തിയ ആ യാഥാസ്ഥിതികൻ സൈക്കിളിൽ പരിഷ്കാരിയായി— ഹൗ!! എന്റെ ഞാനത്തം കെട്ടടങ്ങി.

ഒരു സൈക്കിളുണ്ടായാൽ ഗുരുവായൂരും തൃശൂരും സ്ഥിരം വെച്ചടിക്കാംന്ന് സ്വപ്നം കണ്ടിരുന്നു. ണ്ടായില്ല. അതിൽപ്പിന്നെ ശാന്തിയും ചെയ്തില്ല. ച്ചാൽ താമരത്തിരുത്തിപർവ്വം കഴിഞ്ഞേപ്പിന്നെ! ആരും എന്നെ വിളിക്കില്ല! എന്റെ താന്തോന്നിത്തം കുറേശ്ശെ അറിയാൻ തുടങ്ങിയിരുന്നു.

# അഞ്ച്

# ആറാട്ടുപുഴ

**ഞ**ങ്ങൾ ആറാട്ടുപുഴയിൽ നിന്നു വന്നവരാണ്. പുഴയുടെ വക്കത്തു നിന്ന് വെള്ളം ധാരാളമില്ലാത്ത കിരാലൂരു വന്നതിനു യുക്തി മതിയാ യില്ല. മഠത്തിൽ എളമണ്ണ് പൊറക്കുടിഞ്ഞത്ത് എന്ന് ഇല്ലപ്പേരുള്ള മാടമ്പ് - എം.എ.പി.എം. പഴയ പാട്ടമിച്ചവാരത്തിന്റെ രശീതിക്കുറ്റി യിൽ ഇങ്ങനെ കണ്ടിട്ടുണ്ട്. പി.എം.എം.എ. എന്നാണോ? സംശംണ്ട്. കാർന്നവന്മാർക്ക് ആറാട്ടുപുഴ തിങ്ങൾതൊഴൽ നിർബന്ധമായിരുന്നു. തൊട്ട് പിഷാരിക്കൽ. വിഷഹാരിക്കൽ. ഏഴോ പത്തോ തലമുറമുമ്പ് ആവാം, അതിനും കുറേ മുമ്പാണെന്നും പക്ഷമുണ്ട്. ഒരു മുത്തശ്ശനെ വിഷംതീണ്ടി. വിഷഹാരികൾ കൈവിട്ടു. സംസ്കാരത്തിനൊരുങ്ങി. ചിതയിൽ വെച്ചു. ചിതാഗ്നി തട്ടിയപ്പോൾ അദ്ദേഹത്തിന്റെ ഒളിഞ്ഞി രിക്കുന്ന ജീവൻ തുടിച്ചു. കിടന്ന് - ചിതയിൽ കിടന്ന് ആ മുത്തശ്ശൻ നേർന്നതാണ് പിഷാരിക്കൽ വാവാറാട്ട്. വാവാറാട്ടിന്റെ ചെലവിനായി കുറച്ച് നെല്ലും - വളരെ കുറവ് പതിനാറുപറ നെല്ലാണെന്നു തോന്നുന്നു - വകയിരുത്തി. അന്ന് ആ മുത്തശ്ശൻ ചിതയിൽ നിന്നെ ഴുന്നേറ്റ് ഏറെക്കാലം ജീവിച്ചു!

അതിന്റെ വൈദീകവിധിയാണ് കടുപ്പം. ചെവീലോത്തു കഴിഞ്ഞ് ചിതയിലേക്കെടുത്തു. അഗ്നിസംസ്കാരശേഷം പിണ്ഡകർത്താക്കൾ പ്രേതത്തിന്റെ നെഞ്ചിൽ അഗ്നി കോരിയിട്ടു! മഹാഭാഗ്യം അന്തർജന ത്തിന്റെ താലി മുറിച്ചില്ല! അതിനുമുമ്പ് മുത്തശ്ശൻ അനങ്ങി. അനക്കം അറിഞ്ഞ് ചടങ്ങ് കാട്ടുന്നവരും ഇണങ്ങരും അദ്ഭുതപ്പെട്ടു. വൈദീക -സ്മാർത്തർ വട്ടംകൂടി - എനി! പ്രായശ്ചിത്തവിധികളിൽ ഈ വിധ മൊരു വിവരണമില്ല. ഗൃഹ്യസൂത്രം ഒന്നും പറയുന്നില്ല. ഒടുവിൽ ആറ് വൈദികരും ചേർന്ന് ഒരു തീരുമാനത്തിലെത്തി ചിതയിൽ നിന്നെഴു ന്നേറ്റുവന്ന ആ മുത്തശ്ശന്റെ ജാതകർമ്മം മുതൽ ആവർത്തിച്ചു. അവിടുന്ന് ശരിക്കും ദ്വിജനായി. ആ തപസ്വിയുടെ പ്രാർത്ഥനയാവാം,

മാടമ്പിലുള്ളവരെ പാമ്പു കടിക്കില്ല എന്നും കടിച്ചാലും വിഷം കേറില്ല എന്നും ഒരു വരവും ലഭിച്ചു. അന്നുമുതൽ പിഷാരിക്കാവിൽ വാവാറാട്ടിന് മാടമ്പ് കുളിച്ചുതൊഴുന്നു. ആറാട്ടുകഴിഞ്ഞ് അവിലും പഴവും നല്കുന്നു. ഇപ്പോൾ വലിയ പൂരമാണ് വാവാറാട്ട്. നാട്ടുകാരുടെ ഉത്സാഹം.

മാടമ്പിലെ ചിലരെ പിന്നേയും പാമ്പുകടിച്ചു. എന്റെ രണ്ടനിയമ്മാരെ. രണ്ടാളും കുഴപ്പമില്ലാതെ രക്ഷപ്പെട്ടു! അന്ന് നാട്ടിൽ കോന്തമാഷ് എന്ന ഒരു വിഷഹാരിയുണ്ടായിരുന്നു. ഈശ്വരയ്യർ എന്ന് നാമം. ഞങ്ങളുടെ സ്കൂൾ ഹെഡ്മാഷ്. എന്റെ ഒടുക്കത്തെ അനിയൻ ചിത്രനെ കടിച്ചത് യോഗ്യൻ അണലിയാണ്. കുറച്ചു കുഴങ്ങി. പത്തു മുപ്പതുകൊല്ലം കഴിഞ്ഞിട്ടും ഇന്നും കടിവായ ശരിക്കും ഉണങ്ങിയിട്ടില്ല!!

പാമ്പിൻകാവില്ലാത്ത അത്യപൂർവം ഹിന്ദുഗൃഹങ്ങളിൽ ഒന്നാണ് മാടമ്പ്. എന്താവൊ! പാമ്പിനുള്ള ഒരു പൂജയും ഇല്ലത്തില്ല. ഞാൻ പറയുന്നത് ഞങ്ങൾ നസ്രാണി മാർഗംകൂടിയ നമ്പൂതിരിയാണ് എന്നാകുന്നു. ആഢ്യന്മാരായ ക്രിസ്ത്യാനികളുടെ പൂർവികർ നമ്പൂതിരിമാരായിരുന്നു എന്നു പറയാറുണ്ട്. പാവർട്ടി പള്ളി ഞങ്ങളുടെ അടുത്തുമാണ്. സെന്റ് തോമസ് മാർഗംകൂടിയ നമ്പൂതിരിമാരാണ് ലോകത്തിലെ ഏറ്റവും ആഭിജാതരായ ക്രിസ്ത്യാനികൾ. ആ പഴക്കം മറ്റാർക്കും അവകാശപ്പെടാനാവില്ല. മാടമ്പ് ഒരുപക്ഷേ നമ്പൂതിരി ആയി മാറിയതാവാം. മറ്റൊരു ജാതിയിൽനിന്ന്!! എന്തായാലും പാമ്പും കാവ് ഇല്ല! (ഇത് ഉച്ചപ്രാന്തല്ല. സെയ്ന്റ് തോമസ് പാവർട്ടിയിൽ വരുന്ന കാലത്ത് കേരളത്തിൽ നമ്പൂതിരിമാരില്ല എന്ന് പാഠമുണ്ട്. ബ്രാഹ്മണിക്കൽ സെറ്റിൽമെന്റ് പിന്നീടാണ് സംഭവിച്ചത്. പാമ്പും കാവും അബ്രാഹ്മണാരാധനാക്രമമാണ്. ബ്രാഹ്മണർ ഇവിടം - കേരളം - സ്വീകരിച്ചശേഷം സ്വന്തമാക്കിയ ദേവന്മാരാണ് അതൊക്കെ. ശുദ്ധ വൈദീകമല്ല. പരശുരാമൻ എവിടെ നിന്നോ ആട്ടിത്തെളിച്ചു കൊണ്ടുവന്നവരാണ് ബ്രാഹ്മണർ എന്നാണല്ലോ കഥ. ആ വന്നവർ ഇവിടത്തെ തനത് ആചാരങ്ങൾ സ്വീകരിച്ചു. വേഷത്തിലും കൂടി! മുൻകുടുമയും കോണകവും - അങ്ങനെ - സ്ത്രീപുരുഷന്മാർ തനി മണ്ണിന്റെ മക്കളായി. ഭൂസുരന്മാരായി)

ആറാട്ടുപുഴ ഊരാണ്മക്കാരാണ് മാടമ്പ്. എന്റെ ബാല്യത്തിൽ ആറാട്ടുപുഴ മാടമ്പിൽ ആരും താമസമില്ല. ശാന്തിക്കാരനായ പരമേശ്വരൻ എമ്പ്രാന്തിരി താമസിച്ചിരുന്നു. പൂരത്തിനും തിങ്ങൾ തൊഴാനും

ഇല്ലത്തുനിന്ന് നമ്പൂതിരിമാരെത്തും. പൂരത്തിന് കുട്ടികളും. കിരാലൂരുനിന്ന് മുളങ്കുന്നത്തുകാവിലേക്കു നടക്കും. തീവണ്ടിയിൽ പുതുക്കാടുവരെ. വീണ്ടും നടത്തംതന്നെ. ഉത്സാഹത്തള്ളിച്ച. ആറാട്ടുപുഴ ദേവസ്വം പത്തായപ്പുരയിൽ മാടമ്പിന് ഒരു കട്ടിലുണ്ട്. കുട്ടികൾക്ക് പൂരം കാണാൻ വരാന്തയുടെ നടുക്ക്. അമ്പലത്തിൽ ഊണും. കുളിച്ച് നീന്തിക്കളിക്കാൻ പുഴ. കൃഷിക്കാരൻ പൊന്നത്ത് ശങ്കരനാവും കുട്ടികളെ മേയ്ക്കുവാൻ നിയോഗിക്കപ്പെടുന്നത്. ശാസനയില്ല. പാടത്തും പുഴയിലും കളി. ആറാട്ടുപുഴ പൂരത്തിന്റെ തലേദിവസം തറയ്ക്കൽ പൂരം. എഴുന്നള്ളിച്ച ആനയുടെ നടുവിൽ – മുമ്പിൽ – ഊരാണ്മക്കാർ ഇരിക്കും. പട്ടിണിശംഖൂതിയാൽ കൈകൊട്ടും.

മഹാത്മാഗാന്ധി നിരാഹാരസത്യഗ്രഹം ആരംഭിക്കുന്നതിനും മുമ്പ് നമ്പൂതിരിമാർ നിരാഹാരം – പട്ടിണി–ഒരായുധമായി സ്വീകരിച്ചിരുന്നു. പിരിഞ്ഞുകിട്ടുവാനുള്ള കടം വസൂലാക്കുവാനുള്ള ഒരു വിദ്യയാണ് പട്ടിണി. പണം കിട്ടുന്നതുവരെ നമ്പൂതിരിമാർ ജലപാനം കഴിക്കില്ല. ഈ ആയുധം സ്വന്തം കാര്യത്തിനെന്നല്ല, മറ്റൊരാൾക്കുവേണ്ടിയും ഉപയോഗിച്ചിരുന്നുവത്രെ. പട്ടിണി എന്ന പേരിൽ സാക്ഷാൽ എൻ.വി. കൃഷ്ണവാരിയർ ഒരു പൂർണലേഖനം എഴുതിയിട്ടുണ്ട്. ഇതേ വിഷയത്തെച്ചൊല്ലി എന്റെ മുത്തപ്ഫനും (വിദ്വാൻ ചിത്രപ്പപ്ഫനും) മുത്തശ്ശനും (അടിതിരിപ്പാടും) തമ്മിൽ ലേഖനയുദ്ധവും ഉണ്ടായിട്ടുണ്ട് എന്നു കേൾക്കുവാനും ഇടവന്നു. ഒരു ലേഖനം "നമ്പൂതിരിമാരുടെ അജ്ഞാനവിജ്ഞാനങ്ങൾ" എന്നായിരുന്നു. സാധാരണ കേൾവി. ഇത്തിരി സംസ്കൃതം പഠിച്ച ഒരു ബ്രാഹ്മണൻ പറഞ്ഞില്ലേ "മാർഗമധ്യേ കർണാകർണികയാ ശ്രവ്യമായത് –"

ഇപ്പോഴും ആ വാക്യം എന്റെ ചെവിക്കല്ല് പൊട്ടിക്കുന്നു. ഏതാണ്ട് ഒപ്പം എഴുന്നള്ളിക്കാവുന്ന ഒരു മാന്യവ്യക്തിയേയും ഞാൻ കണ്ടിട്ടുണ്ട്. കേരളം വിട്ട് ഏതോ സംസ്ഥാനത്ത് നല്ല ജോലിയായിരുന്നു. എന്റെ കുട്ടിക്കാലത്ത് അദ്ദേഹം നാട്ടിൽ സ്ഥിരമാക്കി. ഹാഫ് ഷൂ, വാക്കിങ് സ്റ്റിക്, ടർബൻ, പോക്കറ്റുവാച്ച്! കണ്ടാലപ്പോൾ ചോദിക്കും "ബാലാ, പിതാവിന് സൗഖ്യമല്ലേ! ജ്യേഷ്ഠന്റെ നാമധേയം...'

അദ്ദേഹം എന്തോ ശകാരിക്കുകയാണ് എന്നു ഞാൻ ധരിച്ചു.

വിഡ്ഢിത്തങ്ങൾ ഇപ്പോഴും തുടരുന്നു. ചിലതൊന്നും മനസ്സിലാവില്ല. കുണ്ടിൽ ചാടിയാലേ അറിയൂ! നല്ലതാണെന്നു കരുതി ലോഗ്യം

ചോദിക്കും! അബദ്ധമാകും! പിന്നെ അതു നേരെയാക്കാൻ പറയുന്നതൊക്കെ ചീത്തയായി മാറും. ഒന്നും രണ്ടും പേരല്ല, കുറേ മാന്യന്മാർ മുഷിഞ്ഞു. ഞാൻ പരിഹസിച്ചതായി ധരിച്ചു. നമ്പൂരിയല്ലെ! പുച്ഛം! പരപുച്ഛം എന്നു ധരിച്ചവരുമുണ്ടാകും. ആ കൊമ്പും കൊളമ്പും കെട്ടിയ വിഡ്ഢിത്തവേഷങ്ങളുടെ ഇടയിലും എന്നെ ഇഷ്ടപ്പെട്ടവരുണ്ട്; ചിലപ്പോൾ ചില നേരം ഞാനും ബുദ്ധിപരമായി സംസാരിച്ചിട്ടുണ്ട് എന്നു പറഞ്ഞവരും. അതിൽ, സത്യത്തിൽ ബുദ്ധിയുള്ള സ്ത്രീകളുമുണ്ട്!! എന്നെ കുഞ്ഞുകുട്ടൻ എന്നു വിളിക്കുന്ന പ്രിയപ്പെട്ട കൂട്ടുകാരി. “കുട്ടാ, തന്റെ വിഡ്ഢിത്താണ് തന്നെ എഴുത്തുകാരനാക്കിയത്! കുഞ്ഞുകുട്ടനു ബുദ്ധീണ്ടെങ്കിൽ എഴുതില്ലായിരുന്നു.” എനിക്കു സമ്മതമായി!

## ആറ്

# പ്രണയം

**അ**ഥ പ്രണയാനുശാസനം.

പിന്നെ പ്രണയകഥകൾ.

"തലേല് മുണ്ടിട്ടു നടക്കേണ്ടിവരോ!"

കുട്ടികൾ ചോദിച്ചു.

"ശിവശിവ!! ഒന്നൂല്യ. ഇതിലും എത്ര്യോ വലിയ എഴുത്തുകാർ അവരുടെ പ്രണയരതികഥകൾ മുണ്ട് പുതപ്പിക്കാതെ എഴുതിയിരിക്കുന്നു. പിന്ന്യല്ലെ. മാ.കുവിന്റെ ഇത്തിരി വിഡ്ഢിത്തം! Nothing!!

അടുപ്പമുള്ളവർ പറഞ്ഞു.

Nothing! അതാ സത്യം!

ഒന്നൂല്യ.

വെറും വിഡ്ഢിത്തം.

പ്രണയം എന്നു തുടങ്ങി എന്ന് എനിക്കറിയില്ല. ആരെയാണ് ആദ്യം പ്രേമിച്ചത് എന്നും രൂപമില്ല. ജനിച്ചപ്പഴേ പ്രണയമുണ്ട്. എല്ലാവരോടും എന്തിനോടും പ്രേമാർദ്രമായ സമീപനം. എന്നുവെച്ച് ലോകം മുഴുവനും പ്രേമിക്കുന്ന മഹാജ്ഞാനിയൊന്നുമല്ല ഞാൻ. എന്തിനാണെന്നറിയാതെ, എന്താണെന്നുകൂടി അറിയാതെ സദാ മനസ്സ് നിറഞ്ഞുതുളുമ്പിയിരുന്നു. ഉന്മത്തനായിരുന്നു. പിന്നെപ്പിന്നെ ആ ഓളം കുറഞ്ഞു. ഒണങ്ങിവരണ്ടു. ഒണക്കയായി. ഇപ്പോൾ ഷഷ്ടിപൂർത്തി കഴിഞ്ഞപ്പോൾ വീണ്ടും പ്രേമം ഉണർന്നു.

ചക്കരക്കുട്ടിപ്പാറു!

എന്റെ കാമുകിയുടെ പേര് അതാണ്. ആ പ്രണയത്തിടമ്പിനെപ്പറ്റി ആ പേരിൽ ഒരു പുസ്തകവും എഴുതി. ശുദ്ധകമ്പം! ഒരു മുള്ളുമരത്തിനെ പ്രേമിക്കേ! പ്രേമം മാത്രമല്ല; ഇപ്പോൾ വധുവുമാകുന്നു!

അതൊന്നുമല്ലടോ, ശരിക്കും പ്രേമം. ആണ് പെണ്ണിനെ – അങ്ങനെ ഒരു പ്രേമോംണ്ടായില്ലേ. അതാണറിയേണ്ടത്.

ണ്ടായി! ഒന്നല്ല, രണ്ടല്ല, മൂന്നും അതിലധികവും പ്രേമം. Love! അതും വേളികഴിഞ്ഞ് കുട്ടികളായതിനുശേഷം സുനാമി പോലെ വന്നു. തീരം തല്ലിത്തകർത്ത് പോയി! വൻനഷ്ടം! ഒരാളും നഷ്ടപരിഹാരം തരില്ലല്ലോ. അത് ഇണചേരുവാനുള്ള ആർത്തി യായിരുന്നില്ല. ഇണയും ഇണചേരുന്ന സുഖവും എന്താണെന്നറി ഞ്ഞിരുന്നു. ഭാര്യയും കുട്ടികളുമുണ്ടായിരുന്നു. അപ്പോൾ എന്താണു പറയുക. തോന്ന്യാസം. ശുദ്ധ അഹമ്മതി! പക്ഷേ, ആ പ്രേമം ഒരാ ളേയും വേദനിപ്പിക്കാതെ മാഞ്ഞുമറഞ്ഞു. ഞാൻ വൈരാഗിയായില്ല. വിരക്തിയല്ല സരക്തിയാണ് എന്നിൽ വളർന്നത്. അവിടുന്നങ്ങോട്ട് ഇതാ ഈ നിമിഷംവരെ സ്ഥിരം കാമുകനാണ് ഞാൻ.

എന്നിട്ടും ഇന്നേവരെ ഒരു പ്രണയലേഖനമെങ്കിലും എനിക്കു കിട്ടി യിട്ടില്ല. ഞാനാർക്കും എഴുതിയിട്ടുമില്ല! ഇല്ലേ, എന്നു ചോദിച്ചാൽ ഉണ്ട്. എന്റെ ഹൃദയവനിതയുടെ പേര് ഒരായിരം തവണ എഴുതിയ ഒരു എഴുത്ത് അയച്ചു! ശ്രീഗുരുവായൂരപ്പന്റെ നാമം എഴുതുന്ന ഭക്തരെ പ്പോലെ. നാരായണനാരായണ എന്ന് വൈശാഖം കഴിയുംവരെ നിത്യം എഴുതിനിറയ്ക്കുക. ജപാൽസിദ്ധി എന്നുണ്ട്! എഴുത്താൽ മഹാസിദ്ധി!

എന്തോ, എനിക്കറിയില്ല, അകംപുറം പ്രണയോഷ്മളമായിട്ടും എന്നെ ആരും പ്രേമിച്ചില്ല. ഞാനത്രയ്ക്ക് മോശവുമല്ല. കണ്ടാലും നന്ന്. എന്നിട്ടും...

യോഗംല്യ, അതന്നെ!!

പ്രേമിക്കപ്പെടാനും യോഗം വേണം. മധുരമധുരമായ യൗവ്വനം പഞ്ചസാര പാൽകൽക്കണ്ടപ്രണയമധു നിറയാഞ്ഞാൽ... ജീവിതം ഒണക്കവെയ്ക്കോൽ തുല്യമാവും.

അറിയാഞ്ഞല്ല. കരിമ്പിൻതുണ്ടാവാനും മോഹിച്ചു.

ശരീരമനസ്സുകൾ അസ്വസ്ഥമാകുന്നു!

ഒരു സ്വകാര്യം.

തനിത്തങ്കമായ പ്രണയം വാക്കുകളിൽ പകർത്താനാവില്ല. ഇത്തിരി ചെമ്പു കൂട്ടണം. എന്നാലെ ആഭരണപണിക്കുതകൂ. ഇത്തിരി എരീം പുളീം ചേർക്കണം.

പ്രണയകഥകൾ വീരസാഹസീക കാമകഥകളായി പറഞ്ഞാൽ - പറയണം.

അതും അറിയില്ല.

ലഹരി അന്തിച്ചോപ്പിലും രാവിൻകറുപ്പിലും ഒതുങ്ങാതെ പുലരിത്തുടിപ്പിൽകൂടി നുരച്ചാർ[illegible]ച്ചപ്പോൾ ഉള്ള ഇഷ്ടപ്രണയമധുരം കൂടി വറ്റി. രതി താത്പര്യം തളർന്നുമയങ്ങി.

നാളും പേരുമറിയാത്ത പ്രണയകേളികളുടെ മഹോത്സവം ഭ്രമിപ്പിച്ചുമില്ല.

അതാവും എനിക്ക് ധാരാളം വായനക്കാരുമില്ല. ചെറുപ്പം ആകർഷിക്കുന്ന ഒരു കഥയും ഞാനെഴുതിയിട്ടുമില്ല. വായനക്കാരുടെ കത്തുകളും കമ്മി! ആ വഴിക്കും ഒരു ആസ്വാദകയും തിരിഞ്ഞുനോക്കിയില്ല.

പ്രണയം മൊത്തം നഷ്ടമായിരുന്നു. ഇഷ്ടപ്രാണേശ്വരിമാർ നഷ്ടപ്രണയിനികളായി.

അങ്ങനെ പ്രണയകാലം ഒഴിഞ്ഞു. എന്നാലും നഗ്നസരസ്വതീ ചിത്രകാരനായ എം.എഫ്.ഹുസൈനെപ്പോലെ പ്രണയം എന്നിലും നിറയുന്നുണ്ട്. പക്ഷേ, കാശും പണവും ഇല്ലാത്തതുകൊണ്ടും എന്റെ കാമുകി ചക്കരക്കുട്ടിപ്പാറു മുള്ളുമരമായതുകൊണ്ടും സംഗതി മാധ്യമങ്ങളിൽ നിറയുന്നില്ല എന്നേയുള്ളൂ. ആരും മേക്കട്ടുകയറുകയുമരുത്. ഞാൻ ന്യൂനപക്ഷസംവരണാനുഗ്രഹങ്ങൾക്കുടമയല്ല, അധികാരിയുമല്ല; എനിക്ക് സംരക്ഷകരുമില്ല. ശുദ്ധഭൂരിപക്ഷം. ഒരു രക്ഷേം ഇല്യ. പ്രേമിക്കുവാൻ അവസാനപ്പേരായി കാത്തുനിക്കണം. ഊഴം വരുമ്പോൾ പേരുവിളിക്കും. അപ്പോഴേക്കും പ്രായപരിധി കഴിഞ്ഞിരിക്കും!

എങ്കിൽ കരണീയം ഒന്നു മാത്രം. പഞ്ചേന്ദ്രിയങ്ങളും അടച്ചുപൂട്ടി മുദ്രവെച്ച് ആത്മാവുണർത്തി വരഗിരാധാരയായ മൂകാംബികയെ പ്രേമിക്കുക. ഒരു തടസ്സവുമില്ല. അവനവന് അവനവൻതന്നെ സഹായവും തടസ്സവും. മഹാഭൂരിപക്ഷമായ ഹിന്ദുവായതിനാൽ കഴുത്തിനു മുകളിൽ ശിരസ്സുണ്ടാവും. ഒരു വൈദീകനും തലവെട്ടാൻ കല്പിക്കുകയില്ല. അതുകൊണ്ട് തടി സൂക്ഷിക്കുവാനുള്ള കൊതിയാവാം പ്രണയം ചക്രേശ്വരിയോടു മാത്രമായി ഉറപ്പിച്ചു.

എല്ലാ പ്രണയവും പുറത്തു പറയാനാവില്ല. എന്റെ സ്വകാര്യ പ്രണയങ്ങൾ ഏകപക്ഷീയമാണ്. ഞാൻ പ്രേമിക്കുന്നു. ആരെ പ്രേമിക്കുന്നുവോ ആ വ്യക്തികൂടി അറിയുന്നില്ല. അറിയേണ്ട ആവശ്യവുമില്ല. പ്രണയം തിരിച്ചും കിട്ടണം എന്ന് മോഹിച്ചാലല്ലെ. അങ്ങനെയുമുണ്ട്. അതിന് മാറ്റ് ഇത്തിരി കുറയും. സോദ്ദേശ്യപ്രണയം. സകാമം. അപ്പോൾ ശരീരം ആവശ്യമാണ്. പ്രണയിനിയുടെ സാമീപ്യം. സായൂജ്യവും. ഇപ്പോൾ ലൗജിഹാദിന്റെ വേലിയേറ്റം ഇത്തിരി കുറഞ്ഞു. ആർക്കും ആരേയും പ്രണയിക്കാം. വിവാഹം കഴിക്കാം. വിവാഹം മതമാറ്റത്തിനുള്ള മാർഗമായാലല്ലെ വിഷമമുള്ളൂ. ശരിയായ ഇഷ്ടമുള്ളിടത്ത് എന്തിനാ മതവും ദൈവവും. പ്രണയം സ്വയമേവ ദൈവീകമാകുന്നു. ഈശ്വരാനുഗ്രഹമാകുന്നു. ആ അനുഗ്രഹം എനിക്ക് വേണ്ടുവോളം ലഭിച്ചിട്ടുമുണ്ട്.

ഏഴ്

# നേരും നുണയും

**ഞാ**ൻ നുണപറയും.

പൊളി! ചൂണ്ടപ്പാറ പൊളിയണ പൊളി!

പൊളി പറഞ്ഞുപറഞ്ഞ് ഏതാ നേര് ഏതാ നുണ എന്നു തിരിച്ചറിയാതെയായി. നുണകൾ മുഴുവനും എന്നെപ്പറ്റിയാണ്. മലയാളം വിട്ട് അന്യഭാഷകൾ അറിയില്ല എന്നുപറഞ്ഞ് ശ്വാസം വിടുംമുമ്പ് A.B. Keithന്റേയും R.L. കശ്യപിന്റേയും തൈത്തിരീയ കൃഷ്ണയജുർവേദ ഭാഷ്യത്തെപ്പറ്റി പറയും. ഓത്തും സംസ്കൃതവുമില്ലാത്ത ഞാൻ ഓത്തുചൊല്ലിയിട്ടുണ്ട് എന്നു പറയും - സത്യത്തിൽ ഒരക്ഷരം സംസ്കൃതം പഠിച്ചിട്ടില്ല; ഇല്ലേ, ഗീത മൂന്നുനാലു ശ്ലോകം സാക്ഷാൽ ഷാരടിമാഷടെ അർത്ഥവിവരണം കേൾക്കുകയുണ്ടായി. ഓത്ത്, മൊതലോറ കഴിഞ്ഞ് എന്തോ പിന്നെ അറുപതുകൊല്ലം കഴിഞ്ഞ് ഇപ്പോൾ ഓർമിക്കാൻ ശ്രമിക്കുന്നു. ഏതാണ്ടിരുപതുകൊല്ലം മുമ്പ് സ്വരം നോക്കി - എന്നിട്ടും ചിലപ്പോൾ - ഒരിക്കൽ മാത്രം പത്തുവർഷം നോക്കീണ്ട് എന്നു പറഞ്ഞു. അവിടേയും സത്യത്തിന്റെ അംശമുണ്ട്. വായിച്ച്ണ്ട്!! പാഠം!

സ്കൂളിൽ പോയിട്ടില്ല എന്നു പറയും. വായകൂട്ടുംമുമ്പു പറയും പടിപ്പിച്ച്ണ്ട് എന്ന്. കൊടുങ്ങല്ലൂര് കുഞ്ഞികുട്ടി തമ്പുരാട്ടിയുടെ വിദ്യാലയത്തിൽ - അതും നേര്!

ശാന്തി ചെയ്തു. സത്യമാണ്. ആനപ്പണി ചെയ്തു. സത്യം! ഇല്ലത്ത് ആനകളുണ്ടായിരുന്നു. മറ്റൊന്നും അറിയാത്തതുകൊണ്ട് അതിന്റെ പിന്നാലെ നടന്നു. അതന്നെ. മറ്റൊരാളുടെ പണിക്കാരനായിട്ടില്ല. ദാരിദ്ര്യം അനുഭവിച്ചിട്ടില്ല. പറഞ്ഞിട്ടുമില്ല. ഇപ്പോൾ, ബാല്യം കഷ്ടപ്പാടിന്റേതായിരുന്നു എന്നു പറയുന്നതു കേമത്തമാണ്! ആ കേമത്തവും ഇല്ല.

പക്ഷേ, പണ്ട് ഇടത്തരം ജന്മിയായിരുന്നവർ അനുഭവിച്ച പച്ച പട്ടിണി കണ്ടറിഞ്ഞിട്ടുണ്ട്. അവിഘ്നമസ്തു, മരാരാശ്രീ എന്ന രണ്ടു നോവൽ കഥകൾ എഴുതിയിട്ടുമുണ്ട്. പലപ്പോഴും അധികാരികൾക്ക് പണ്ട് ആ ആട്ടിൻകുട്ടിയെ കൊന്നുതിന്ന ചെന്നായയുടെ യുക്തിയാണ്. നീയല്ലെങ്കിൽ നിന്റെ അച്ഛൻ വെള്ളം കലക്കിയിട്ടുണ്ട്!! ആണ്ടോടാണ്ട് വെറും ആയിരം പറ നെല്ല് പാട്ടം കിട്ടുന്ന തറവാട്ടിൽ തൊട്ടെണ്ണം നാല്പതു പ്രജകളുള്ളവരും ജന്മിയാണ്. കഷ്ടിച്ച് ചിലവിന് മുട്ടുന്ന ആ ജന്മിനമ്പൂതിരിമാരെ ഞാനറിയും. പതിനഞ്ചോ ഇരുപതോ പറ നെല്ല് മാസശമ്പളമുള്ള ശാന്തിപ്പണി മാത്രം! സ്കൂളിൽ ആറേകാലു റുപ്പിക ഫീസ്. മനയ്ക്കലെ തമ്പുരാട്ടിക്കുട്ടികൾക്ക് കൂലിപ്പണിയും തരാവില്ല! ജന്മിയെന്ന വിശേഷണവുമുണ്ടല്ലോ.

ഈ വിഷയം ഞാൻ പറയാനുദ്ദേശിച്ചതല്ല. എന്റെ കഥയില്ലായ്മ കളിൽ ഇടയ്ക്കുകയറിപ്പറ്റിയതാണ്. പറഞ്ഞുവന്നത് നേരും നുണ യുമാകുന്നു. ചില്ലറ നേരമ്പോക്കായി പറഞ്ഞുതുടങ്ങിയ പൊളി പിന്നെ പ്പിന്നെ സ്വഭാവമായോ എന്നാണ് ഇപ്പോൾ പേടി. എന്നാൽ ഇപ്പോൾ ഈ എഴുതുന്നതു മുഴുവനും ഹരിശ്ചന്ദ്രവചനംപോലെ ശുദ്ധസത്യ മാണോ! ആണെന്ന് വിശ്വസിക്കുന്നതാണ് നല്ലത്! ഞാനും അങ്ങനെ വിശ്വസിക്കുന്നു!

പണ്ട് ഞാൻ കാറ് ഓടിച്ചിരുന്നു. കാറും ബസ്സും ഇരുചക്രവും. ഇപ്പഴും ലൈസൻസുണ്ട്. വണ്ടി ഓടിക്കാനറിയില്ല എന്നു പറഞ്ഞാൽ ഒരാളും സമ്മതിക്കുകയില്ല. നുണപറഞ്ഞു ശീലിച്ചതിന്റെ ഫലമാകാം. ഈയിടെ പാലക്കാട്ടടുത്ത് വെച്ച് പഴയ ഒരു സുഹൃത്തിനെ കണ്ടു. “മാടമ്പിനെ കണ്ടതു നന്നായി. ഞാൻ കുടുങ്ങിയിരിക്ക്യാ. ഈ അമ്പാ സിഡർ ഒന്നു കൊണ്ടുപോണം. ഇല്ലത്ത് ഇട്ടോളൂ. അല്ലെങ്കി എവ ടാച്ചാ അവടെ. എനിക്ക് അടുത്ത വണ്ടിക്ക് പോയേ തീരൂ.” അയാൾ താക്കോൽ തന്നു.

“ഡോ, എനിക്ക് വണ്ടി ഓടിക്കാൻ അറീല്യ.”

“ഏട്ടാ! (മാടമ്പ് പോയി ഏട്ടനായി)ന്റെ അടുത്തുവേണ്ടോ അഭ്യാസം. ഏട്ടൻ നാലു കാലിന്മേ നടക്കുമ്പോഴും ഡ്രൈവിങ് സീറ്റി ലിരുത്ത്യാൽ വണ്ടി നേരെ പോകും.”

“അതല്ല, ഇപ്പൊ കൊറെ ആയി വണ്ടി ഓടിക്കാറില്ല. അമ്പാസിഡർ തൊട്ടിട്ട്ന്നെ....”

അയാൾ ഉറക്കെച്ചിരിച്ച് ആദ്യം കണ്ട ഓട്ടോയിൽ കയറി. ഞാൻ എലിക്കെണീപെട്ടപോലെയായി. ഒരുവിധം വണ്ടിയിൽ കയറി ഡ്രൈവർസീറ്റിലിരുന്നു. കുഴപ്പം ഇല്യ! വണ്ടി ഓടുന്നു!! കുഴപ്പം അവിടെയല്ല. കുഴപ്പം വരുന്നേയുള്ളൂ.

എന്തായാലും വണ്ടീണ്ട്. എന്നാ ഒരു പഴയ സുഹൃത്തിനെ കാണാം. അയാളെ കാണുകയും എന്റെ യാത്രോദ്ദേശ്യമായിരുന്നു. അതിനാണ് ഞാൻ നഗരത്തിൽ എത്തീത്. അതു കഴിച്ചേക്കാം.

അയാൾ നഗരത്തിനു പുറത്താണു താമസിക്കുന്നത്. വഴി കൃത്യമായി പറഞ്ഞുതന്നിട്ടുമുണ്ട്. ഓർമ്മയുമുണ്ട്. പോകാമെന്നുവെച്ചു. മെയിൻറോഡിൽനിന്നു തിരിഞ്ഞു. പിന്നൊരുവീഥി! പിന്നെ മറ്റൊരു റോഡ്! കഷ്ടിച്ചു കാറു പോകുന്ന വീതി. പത്തു വളവ്. ഇരുവശവും ഉരയും. പെട്ടെന്ന് റോഡ് കഴിഞ്ഞു!! ഈശ്വരാ! അവിടന്നങ്ങോട്ടു ഭൂമിയില്ല. ഒരു വലിയ കുളം. വണ്ടി തിരിക്കാൻ ഇടമില്ല. റിവേഴ്സാവാമെന്നുവെച്ചാൽ ഈ നൂറ്റെട്ടു വളവുതിരിവ് തിരിക്കാൻ എനിക്കാവില്ല. അനങ്ങ്യാൽ ഇടംവലം ഇതയിൽ മുട്ടും. അതിനിടയിൽ ഈ റോഡിലേക്കു തുറക്കുന്ന ഒരു പടിപ്പുരയും!!

അന്ന് മൊബൈൽ ഇല്ല. ഇപ്പോൾ ഒരു സാധനം കൈയിലുണ്ട്. വിളിക്കാനും വിളി വന്നത് എടുക്കാനും മാത്രമറിയാം. പിന്നൊന്നും ഇബനറീല്യ. കൂട്ട്യാൽ കൂടില്ല. ഒടുക്കം ആ പടിപ്പുരയിൽ ചമ്രം പടിഞ്ഞിരുന്നു. കൈയിലുണ്ടായിരുന്ന ബീഡി വലിച്ചു. അപ്പോഴാണ് അകത്തുനിന്ന് ഒരു മുത്തശ്ശി വാതിൽ തുറന്നുവന്നത്. എന്നെക്കണ്ടതും ‘‘എന്താ ഇബടേരുന്നേ! ഇന്നന്ന്യല്ലെ പ്രദോഷം’’ എന്നൊക്കെ ബഹുലോഗ്യം. ഞാൻ ഷൾക്കവ്യത്തിലായി!

ഞാൻ... ഞാൻ.... ഞാൻ വിക്കി.

“മനസ്സിലായി. വല്യേ തിരുമേനിക്കു വരാൻ വയ്യാന്റായി. അപ്പൊ ഇബട്ന്ന് എഴുന്നള്ളി” മുത്തശ്ശി തുടർന്നു.

അവർ ആരെയോ അന്നു പ്രതീക്ഷിച്ചിരുന്നു. അദ്ദേഹമാണെന്നു കരുതിയാണ് ഈ ലോഗ്യം.

“ഇബട്ന്ന് ഇബടെരിക്കെണ്ട. അവടെ പൂമുഖത്ത്...”

എനിക്ക് ഇത്തിരി ഭാഗ്യം എവിടെയോ ഉണ്ട്. അപ്പോഴേക്കും അവർ കാത്തിരിക്കുന്ന ആ നമ്പൂതിരി വന്നു. ബുള്ളറ്റ്! ഡീസൽ. അദ്ദേഹം

വണ്ടിനിർത്തി എന്നെ കണ്ടു. "ഹായ്! ദെന്താ കഥ. കുഞ്ഞുകുട്ടേട്ടൻ എന്താ ഇബടെ! ഒട്ടും നിരീച്ചില്ല..."

പിന്നെ ലോഗ്യായി. സൽക്കാരം - ച്ചാൽ അവിലും എളനീരും ആയി. ഞാൻ നമ്പൂതിരി ആയതുകൊണ്ട് ആ മുത്തശ്ശി പിന്നൊന്നും തന്നില്ല. പഴം എളനീര് ആവാം. ചായകുടി അരുത്!

അവിടെ ചില ഉഗ്രൻ ഡ്രൈവർമാരുണ്ടായിരുന്നു. അവർ വന്ന് വണ്ടി നല്ല റോഡിലെത്തിച്ചു. ഫ്രീ ഉപദേശവും തന്നു.

"സാറ് വണ്ടി ഓടിക്കരുത്! പറ്റില്ല്യ. സാറ് കഥ എഴുതിക്കോ."

അത് സത്യം! ഞാനംഗീകരിച്ചു. പിന്നെ വണ്ടി ഓടിച്ചില്ല. കഥ യെഴുത്ത് - വേണ്ടെന്നുവെച്ചില്ല!

സ്ഥിരം നുണ പറയുന്ന ആള് ഇടയ്ക്ക് സത്യം പറയരുത്!

"എനിപ്പൊതന്നെ എങ്ങന്യാ വിശ്വസിക്കാ. മുമ്പാച്ചാ വിശ്വ സിക്കാം. താൻ പറേണതൊക്കെ ശുദ്ധപൊള്യാന്ന് ഒറപ്പിക്കാം. ഇപ്പഴോ! ആയ്യായി! ഒരു സ്ഥിരോംല്യാച്ചാ വെഷമാണേയ്!"

അതാണ് പരക്കെള്ള വിഷമം. ഒന്നുകിൽ സത്യം മാത്രം പറയ്യാ. അല്ലെങ്കിൽ നുണ മാത്രം പറയ്യാ. രണ്ടും വിഷമമാണ്. ഹരിശ്ചന്ദ്രനാ വാനുള്ള തപസ്സ് നോ - ഹരിശ്ചന്ദ്രനാവാനും വേണം. മൈനസ് ഹരിശ്ചന്ദ്രൻ. സ്ഥിരചിത്തന്മാർക്കേ അതിനാവൂ. അവർക്കാണ് അമൃ തലോകം. നിത്യമായ ലോകം.

നുണ പറഞ്ഞുപറഞ്ഞ് പൊളിക്കഥ കൂടി സത്യമാണെന്ന് വിശ്വ സിക്കുന്നവരുണ്ട്. എന്റെ "ഭ്രഷ്ട്" ചരിത്രസത്യമാണെന്ന് ഉറപ്പിച്ചവ രാണധികം. അവരുടെ വിശ്വാസദാർഢ്യം ഏറെ വിദ്യാർത്ഥികളെ വഴി തെറ്റിക്കുമെന്നതിനാൽ ഞാനൊരു മുഖക്കുറിപ്പ് എഴുതിച്ചേർത്തു! ഞാൻ അത്ര പ്രസിദ്ധനായ എഴുത്തുകാരനല്ല. എനിക്കറിയാം. ഒരു വിമർശകനും എന്റെ കഥകളെക്കുറിച്ച് പറഞ്ഞിട്ടില്ല. അവിഘ്നമസ്തു, മരാരാശ്രീ എന്നീ പുസ്തകങ്ങളെപ്പറ്റി സാമാന്യം വിസ്തരിച്ച് എഴുതിയ പഠനങ്ങൾ കണ്ടിട്ടുണ്ട്. രണ്ടും അധികമാളുകൾ കാണാത്ത പ്രസിദ്ധീകരണത്തിലാണ് വന്നത്. പണ്ഡിതനായ പി. ഗോവിന്ദപ്പിള്ള അവിഘ്നമസ്തുവിനെപ്പറ്റി ട്രയൽ എന്ന ഒരു മാസികയിലെഴുതി! അക്കാദമി പ്രസിദ്ധീകരിക്കുന്ന മാസികയിൽ പ്രൊഫസർ ആർ.എസ്.

വർമ്മാജി മരാരാശ്രീയെകുറിച്ച് എഴുതി. എഴുതി എന്നു പറഞ്ഞാൽ പോര! നല്ല ഒരു പഠനം. എനിക്ക് ഏറെ ഗുണം ചെയ്യുമായിരുന്നതാണ് ആ വിമർശനാസ്വാദനങ്ങൾ രണ്ടും. പക്ഷേ, രണ്ടും ആരും കണ്ടില്ലെന്നു തോന്നുന്നു. പൊളിക്കഥ എഴുതുന്നവനെ ആരാണ് ഗൗരവത്തോടെ നോക്കിപ്പഠിക്കുക. എന്റെ ധാർഷ്ട്യമാണെങ്കിൽ കുറച്ച് കടുത്തതും. എന്റെ പുസ്തകങ്ങൾ വേണ്ടപോലെ ഗ്രഹിച്ചെഴുതുവാൻ കോപ്പുള്ള ഒരു പുസ്തകവിമർശകനും ഇന്നില്ല എന്നാണ് എന്റെ ധാർഷ്ട്യം. പോരേ പൂരം! ആരെങ്കിലും എന്തെങ്കിലും പറയാൻ വിചാരിച്ചാൽ അവർ അപ്പൊത്തന്നെ ശത്രുവാകും! ഒരൊറ്റ ഗുണം ഒന്നിനോടും ഉടൻ പ്രതികരിക്കുന്ന വിദ്യ എനിക്കറിയില്ല. അതിനൊക്കെ സ്ഥിരം രാഷ്ട്രീയ അഭ്യാസികളുണ്ടല്ലോ. പച്ചച്ചാണകത്തിനു തീ പിടിച്ചപോലെയുള്ള എനിക്കു പറ്റണ പണിയല്ല ഇതൊന്നും.

എനിക്കു പറയുവാനുള്ളത് എന്റെ പുസ്തകങ്ങൾ വ്യക്തമാക്കുന്നുണ്ടല്ലോ. ചക്കരക്കുട്ടിപ്പാറുവിനോളം ശക്തമായ ഒരു പ്രകൃതി-പരിസ്ഥിതി പഠനപാഠവുമില്ല! സംശയമുള്ളവർക്കു വായിക്കാം.

നേരും നുണയുമാണ് ഞാൻ പറഞ്ഞുവന്നത്. നുണയുടെ പഞ്ചസാര പാൽ കൽക്കണ്ടപ്പാവിലാണ് നേരിന്റെ "അമ്ലതീക്ഷ്ണത" വറുത്തെടുത്തത്.

പൂമുള്ളി ആറാംതമ്പുരാന്റെ അടുത്താണ് ഞാൻ ആനപ്പണി ശീലിച്ചത്. അന്ന് അദ്ഭുതങ്ങളിൽ ആകൃഷ്ടനായാണ് ഞാൻ മാതംഗലീല പഠിക്കാനെത്തിയത്. ആനയെ ചൂണ്ടിനിർത്താം; ഒരൊറ്റ ഏറിന് കൊമ്പുകുത്തിക്കാം, ഒരു നീരോലിക്കമ്പുകൊണ്ട് അനുസരിപ്പിക്കാം എന്നൊക്കെ സ്വപ്നം കണ്ടാണ് പഠിപ്പുതുടങ്ങിയത്. ആനക്ക് മർമ്മങ്ങളുണ്ട്. എല്ലാ ജന്തുക്കൾക്കുമുണ്ട്. അവിടെ മുറിപ്പെട്ടാൽ ചാവും, വീഴും, അംഗഭംഗം വരും. അതും സത്യം. പക്ഷേ, വിരണ്ടോടുന്ന ഒരാന തന്നെ തളർത്തി തട്ടിയിടാൻ പറ്റിയ മർമ്മം കാണിച്ചുതരില്ലല്ലോ. അഥവാ, മർമ്മം ദൃഷ്ടിയിൽപെട്ടാലും കല്ലോ വടിയോ അവിടെ കൊള്ളിക്കാനുള്ള ഉന്നവും വേണ്ടേ. അതിന് വേറെ അഭ്യാസം വേണം. എങ്കിലും ഞാനൊരു ആനവിദഗ്ധനാണെന്ന് ചിലരെങ്കിലും ധരിച്ചുവച്ചിട്ടുണ്ട്. അതിന്റെ ചില്ലറ അബദ്ധവും ഉണ്ട്. ആനപ്പണി അറിയാം എന്ന് പറഞ്ഞതുകൊണ്ടുണ്ടായ കെണിയല്ല. അങ്ങനെ പറ്റി.

മുതുമലയിൽ. ഒറ്റയ്ക്കല്ല. മൂന്നുനാലുപേരുണ്ടായിരുന്നു. അവിടെ തടാകവും പുഴയുമാകാവുന്ന വെള്ളത്തിൽ രണ്ടുമൂന്നാന സുഖമായി നീരാടുന്നുണ്ടായിരുന്നു. ഗവണ്മെന്റ് വക - തമിഴ്നാട് പണ്ടാരവക ആനകളാണെന്നാണ് ഞാൻ ധരിച്ചത്. ഏതാണ്ട് അഞ്ചെട്ട് മീറ്ററകത്ത് ഞാൻ കരയിലിരുന്നു. കരിനീരാട്ട് ആസ്വദിച്ച്! ഗജയൂഥം എന്നെ ശ്രദ്ധിച്ചതേയില്ല. അല്പം കഴിഞ്ഞപ്പോൾ ഒരു കുട്ടിയാന കുണുങ്ങിക്കുണുങ്ങി എന്റെ അടുത്തേക്കു നീങ്ങാൻ തുടങ്ങി. പിന്നിൽനിന്ന് തമിഴിൽ ആക്രോശം. വെള്ളത്തിൽ കിടന്നിരുന്ന മറ്റു രണ്ടാനയും എഴുന്നേറ്റു! എനിക്കൊന്നും മനസ്സിലായില്ല. അപ്പോഴേക്കും എന്റെ കൂട്ടുകാർ അകലെനിന്ന് വിളിച്ചുകൂവാൻ തുടങ്ങി "കുഞ്ഞേട്ടാ, അത് കാട്ടാനകളാണ്. ഓടിക്കേറൂ. വേഗം. ഉം- ഓടൂ. ഉം." അപ്പോഴും ഞാൻ മന്ദമന്ദം നടന്നുവന്നു.

കുഞ്ഞേട്ടന്റെ ഒരു ധൈര്യം! സമ്മതിച്ചു!

എനിക്കൊരു ധൈര്യോം ണ്ടായിട്ടല്ല. ഒന്നാമത് അത് കാട്ടാനയാണ് എന്നു ഞാൻ ധരിച്ചില്ല. രണ്ടാമത്... അതെ; ത്തിരിതരിപ്പും ഉണ്ടായിരുന്നു. മൂന്നാമത് അതന്നെ. തരിപ്പ്...

തരിച്ചാൽ "പേടി ഭയം" ണ്ടാവില്ല!

തരിപ്പിന്റെ കാലം ഇപ്പോൾ എഴുതുന്നില്ല. മുഖ്യകാരണം ഇപ്പോഴും തരിപ്പുവിട്ടു എന്ന് ഉറപ്പിച്ചുപറയുവാനും വിഷമം. ഓർമ്മക്കുറിപ്പുകൾ എന്ന പേരിൽ ഇങ്ങനെ ഓരോന്ന് എഴുതുന്നത് മറ്റൊന്നും എഴുതാനില്ലാത്തപ്പോഴാണത്രെ. എഴുത്തു വറ്റുമ്പോൾ. അതും സമ്മതമാണ്. വല്ലപ്പോഴും ഒരു പൊളിക്കഥ എഴുതുന്ന ഞാൻ ഇപ്പൊ അതും പതിവില്ല. ആന മാത്രം. അതുകൊണ്ട് നല്ല ഒരു പേരും കിട്ടി. ആനമുത്തശ്ശൻ!!

എനിക്ക് ക്ഷ ബോധിച്ചു! ആരാണ്, ഏതു കുസൃതിക്കുടുക്കയാണ് എന്നെ അങ്ങനെ ആദ്യം വിളിച്ചത് എന്നറിയില്ല. അതിനുംമുമ്പ് മീശമുത്തശ്ശൻ എന്ന പേര് എനിക്കു സിദ്ധിച്ചിരുന്നു. പുക്രുവാണ് ആ പേരിട്ടത്. മീമു!! തുടർന്ന് അമ്മുവും വിളിച്ചു. പൗത്രനും പൗത്രിയും. ഇപ്പൊ പരക്കെ ആനമുത്തശ്ശനായി. അങ്കിൾ എന്നു വിളിച്ചില്ലല്ലോ. അഞ്ചാറ് വയസ്സായ കുട്ടികൾ എഴുപതടുത്ത എന്നെ അങ്കിൾ എന്നു വിളിച്ചാൽ - സായിപ്പിന്റെ പദശുഷ്കതയാവും കാരണം. ചെറിയച്ഛൻ,

വലിയച്ഛൻ, അപ്ഫൻ, പാപ്പൻ, എളാപ്പ, എളേപ്പൻ, മാമ, മാമൻ, അമ്മാമൻ - എല്ലാം ഒരൊറ്റ അങ്കിൾ! പിന്നെ ഒരു വാക്കുകൂടിയുണ്ട്; കസിൻ. സർവാർത്ഥസിദ്ധമാണ് ഈ പദങ്ങൾ.

ആനക്കാരനായതു നന്നായി. വല്ല നായ - പോത്ത് - പന്നികളെപറ്റി പറഞ്ഞിരുന്നുവെങ്കിലോ! ശിവശിവ!!

ഇപ്പോൾ ആനക്കും സിനിമാതാരങ്ങൾക്കുമാണ് ആരാധകാസ്വാദകർ. ഫാൻസ്. ചുരുങ്ങിയ തോതിൽ ആനമുത്തശ്ശനും ഫാൻസ് ഉണ്ട്. പ്രണയതരളിതമായ എന്റെ ഹൃദയം ചക്കരക്കുട്ടിപ്പാറുവിലും ഗജാനനിലും ഭ്രമിച്ചു വശായിരിക്കുന്നു. ഇത് നേര്!

എട്ട്

# ഒടിവിദ്യ

**യൗ**വനാരംഭത്തിൽ ഞങ്ങൾ ഒടിവിദ്യ പഠിക്കാൻ പുറപ്പെട്ടു. പാലിശ്ശേരി വേലു എന്ന ഒരാൾ കല്ലടിക്കോട് നീലിയുടെ ഉപാസകന്റെ ശിഷ്യനായിരുന്നു. അയാൾ ഒടിവിദ്യ പഠിപ്പിക്കാമെന്നു പറഞ്ഞു. അനിയേട്ടനും ഞാനും പുറപ്പെട്ടു. വേലു സായിപ്പിന്റെ ബോയ് ആയിരുന്നു. ആംഗലം പേശും. വല്ലപ്പോഴും ഒരു കൈതച്ചക്കയോ മുവ്വാണ്ടൻ മാങ്ങയോ ആഘോഷമായി തിന്നാനൊരുമ്പെട്ടാൽ വേലു "സർവ് ചെയ്യും" കൈതച്ചക്ക വൃത്തിയായി വട്ടത്തിൽ മുറിച്ച് സദസ്സിന്റെ മുമ്പിൽവെക്കും. എല്ലാവർക്കും കൂർപ്പിച്ച പച്ചീർക്കിലി തരും. ഫോർക്ക്! വേലു കളസവും തൊപ്പിയും ധരിക്കും. ഐ ഈസ് ഇൻ ലണ്ടൻ! മേജർ കുക്ക് ഈസ് ഡോക്ടർ!

അതിലധികം ആംഗലം എനിക്കുമില്ലാത്തതിനാൽ സംഗതി മനസ്സിലാവും.

കൊട്ടെണ്ണയിൽ മിന്നാമിനുങ്ങിന്റെ കൂത്തി അരച്ചുതേച്ച ഒരു മിശ്രിതം ഉണ്ടാക്കണം. മറ്റു മരുന്നുകൾ പറയില്ല. തമ്പ്രാൻ ചോദിക്കരുത്. മന്ത്രവും പറയില്ല. രഹസ്യം. കറുത്ത വാവിന്റെ അന്ന് നട്ടപ്പാതിരയ്ക്ക് കുറുമാക്കുന്നിന്റെ നിറുകയിൽ വന്നാൽ ഒടിമറയുന്നത് പഠിപ്പിക്കാം.

ഈ കുറുമാക്കുന്ന് പിന്നീട് ബോധഗിരിയായി. ഒടിവിദ്യ പഠിച്ചില്ലെങ്കിലും കഞ്ചാവ് വലിക്കുവാൻ പഠിച്ചു. നന്നെ മോശമല്ല സംഗതി!

മോശമല്ലെങ്കിലും പിന്നെ അതു നിർത്തി. നന്നെ കുറച്ചു ദിവസംകൊണ്ട് സാധനം എനിക്കു ചേരില്ല എന്നു മനസ്സിലായി. കുടുംബപാരമ്പര്യവഴിക്ക് ഇത്തിരി ഭ്രമംണ്ട്. അതുമതി. കഞ്ചാവിന്റെ അഞ്ചുനിറം വേണ്ട.

അക്കാലം കഴിഞ്ഞു. എന്നാലും ഒടിമറഞ്ഞുനിക്കുന്ന മഹാദ്ഭുതം മനസ്സിൽ നിറഞ്ഞുനിന്നു. ചേന്നോത്ത് രാജു എന്ന ഒരാള്. ജ്യോതിഷം,

കൊട്ട്, സാഹിത്യം. ആള് എഞ്ചിനീയറായിരുന്നു. പ്രഭു. ചക്രമാക്കിൽ കുടുംബം. കഥയും എഴുതിയിട്ടുണ്ട്. ബഹുമുഖ താൽപര്യം. ഒടിവിദ്യ നാടുകാണിയിൽ പോയി അഭ്യസിച്ചിട്ടുണ്ട് എന്നു കേട്ടിട്ടുണ്ട്. രാജുവിന്റെ സഹോദരന്മാരും ഞാൻ പരിചയമുണ്ട്. ഒന്നാന്തരം ശിക്കാരികൾ. അപ്പനായി തോക്കിന് ലൈസൻസുണ്ട്. രാജു തെങ്ങിൻമടല് ഇട്ടപോലെ തോക്ക് അട്ടിയിട്ടിരുന്നു. അദ്ദേഹവുമായി ഏറെക്കാലം സൗഹൃദം. നാഡീജ്യോത്സ്യം അറിയാം. എന്റെ ഭാവിയും പ്രവചിച്ചിട്ടുണ്ട്. എഴുതിത്തന്നു. രാജുവാണ് നാടുകാണി ഉപദേശിച്ചത്. അദ്ദേഹം കൂടെ വന്നില്ല. അന്നേയ്ക്കുതന്നെ ഗൗരവമേറിയ ഒരു ഹൃദയാഘാതം സംഭവിച്ചിരുന്നു. കഴുത്തറ്റം വെള്ളത്തിൽനിന്ന് ഏതോ മന്ത്രം സിദ്ധി വരുത്തുമ്പോൾ ദേവതാദർശനമുണ്ടായി. ആ ആ ആയിരം സൂര്യപ്രകാശത്തിൽ ഹൃദയപേശികൾ തളർന്നു. പിന്നേയും കുറേ വർഷം ജീവിച്ചു. ചുറുചുറുക്കോടെത്തന്നെ! ദ്വാത്രിംശത്ത് യോഗം ഹൃദയാഘാതമായി ഒഴിഞ്ഞു. അറുപതെത്തുംമുമ്പ് ദിവംഗമിച്ചു. അദ്ദേഹമെഴുതിയ നോവൽ പ്രസിദ്ധീകരിക്കുവാൻ ഞാനും ശ്രമിച്ചു. ഫലമുണ്ടായില്ല. ആ വിഷമവും മറ്റു ചില അല്പരസങ്ങളും ഞങ്ങളുടെ സൗഹൃദം തളർത്തി! ഓരോ യോഗം! ക്ഷത്രിയാംശം കൂടുതലുള്ള രാജു പഠിക്കുന്ന കാലത്ത് വീരനായകനായിരുന്നു. പാലക്കാട് വിക്ടോറിയയിൽ അശ്വാരൂഢനായി ജോൺ ജോസഫ് എന്ന ചക്രമാക്കിൽ രാജു.

കുറേകഴിഞ്ഞ് ഒടിമാട്ടുമാരണങ്ങളുടെ മൂലസ്ഥാനമായ കല്ലടിക്കോടും തെണ്ടി. അവിടെ വിഷഹാരിയായ ഒരു വനവേടസ്ത്രീയുണ്ടായിരുന്നു. എന്റെ അച്ഛൻ അറിയും. ആശ്രിതനായിരുന്ന ഒരു നായരെ വിഷം തീണ്ടി. നാടുമുഴുവനും നടന്ന് വിഷവൈദ്യന്മാരെ കണ്ടു. അക്കാലം ആന്റീവെനം ആശുപത്രികളിൽ ലഭ്യമല്ലായിരുന്നു. ഗവ: വിഷവൈദ്യന്മാരുണ്ടായിരുന്നു. അവരൊക്കെ മടക്കിയ ആ വിഷം ഈ പറഞ്ഞ വനവേടസ്ത്രീ അകലെനിന്ന് എന്തോ മന്ത്രംചൊല്ലി ഇറക്കി. അവരെ അന്വേഷിച്ചാണ് ഞാൻ നടന്നത്. പക്ഷേ, കണ്ടില്ല. എന്നാലോ സാക്ഷാൽ എ.കെ.ജിയെ കണ്ടു. ആ അവിൽപ്പൊതിയിൽനിന്ന് ഒരു നുള്ള് ഞാനും അലിയിച്ച് ഉൾച്ചേർത്തു. ഇന്നും ഇടയ്ക്കിടെ അയവിറക്കി നൊട്ടിനുണയുന്നു.

അത്തരം ഭ്രാന്തുകൾ ഇപ്പോഴും തുടരുന്നുണ്ട്. മാജിക്ക്, ഹിപ്നോട്ടിസം, ഒന്നും പഠിച്ചില്ല. പഠിക്കുവാൻ മോഹിച്ചുമില്ല. വിഷയം മനസ്സിലായാൽ കമ്പം ഒഴിഞ്ഞു. പരിശീലനം ഇല്ല. താൽപര്യവുമില്ല. എന്നിട്ടും ചില്ലറ ചില്ലറ സൂത്രപ്പണികളുടെ ഉപകരണങ്ങൾ എന്റെ

കൈയിലുണ്ടായിരുന്നു. ഒരു തിരുവനന്തപുരം താമസക്കാലത്ത്, ചെന്ന അന്നുതന്നെ ആ ചെറുബാഗ് പോയി. ബ്രാഹ്മമുഹൂർത്തത്തിൽ. ഹോട്ടൽറൂമിൽ ചെന്ന് ബാഗ് മേശപ്പുറത്തുവെച്ചു. ഒരു ചായ കുടിച്ച് നിത്യനിദാനം തുടങ്ങാം. നേരം വെളിച്ചാവാൻ എനീം മ്മിണി സമയംണ്ട്. കട്ടിലിൽ കിടന്നു. ഒന്നു മയങ്ങി. പല്ലുതേപ്പാദിയ്ക്കു ശ്രമിച്ചപ്പോൾ ആ ചെറിയ ഇന്ദ്രജാലപ്പൊതി കാണാൻല്യ. നന്നെ ചെറിയതല്ല. ഒരടിനീളം 4 ഇഞ്ച് വീതി. എന്റെ ദിനസരി അതിലാണ്. സോപ്പ്, ചീപ്പ്, പേസ്റ്റ്, ബ്രഷ് – ഷേവ് ഇല്ലാത്തതിനാൽ സെറ്റില്ല. പിന്നെ ഇന്ദ്രജാലം. നാണയങ്ങൾ – പളുങ്കുമാലകൾ. ഒട്ടേറെ ചെപ്പും പന്തും.

കാശായിട്ട് ആകെയുള്ള 400കയും. പരമസുഖം. ബെഡ് കാഫി, നാസ്ത പൈസ പോക്കറ്റിലുണ്ടായിരുന്നു.

അതോടെ ജാലവിദ്യ വേണ്ടെന്നുവെച്ചു. ഹോട്ടലിലെ ഏതോ വിദ്യക്കാരൻ എന്റെ ജാലവിദ്യാസഞ്ചി അയാളുടെ കയ്യിലടക്കി. കൃകൃത്യമായ കയ്യടക്കം!! ഏതു ചെപ്പും പന്തും കളിക്കുന്നവനും ഈ മുറയുടെ മുമ്പിൽ അടിയറവു പറയും.

വെറുതെ ഇരിക്കുവാൻ വയ്യല്ലോ. എനി എന്താ വേണ്ടേ. എന്തുവിദ്യയാണ് അഭ്യസിക്കേണ്ടത്! സംശയംണ്ടായില്ല, ഹസ്തരേഖ! കോടാങ്കിശാസ്ത്രം. രണ്ടും. തുടങ്ങി. പുസ്തകങ്ങൾ വായിച്ചു. അനവധി ആളുടെ ഉള്ളംകൈയിന്റെ പകർപ്പെടുത്തു. വലിയ ലെൻസ് മേടിച്ചു. ടേപ്പ്. ഡിവൈഡർ. പാഡ് മഷി. റെഡിമണി!! പതുക്കെ പതുക്കെ ഞാനൊരു പ്രഫസർ കുഞ്ഞുകുട്ടനാവാൻ തുടങ്ങി. ചിലരൊക്കെ കൈയിന്റെ ഫോട്ടോ അയച്ചുതന്നു. ലെൻസ് വെച്ച് നോക്കി. ഇടയ്ക്കിടെ ഗ്രന്ഥം മറച്ച് സംശയം ഉറപ്പിച്ചു! അപ്പഴാണ് ആയുർവേദം പഠിക്കാതെ ഹസ്തരേഖ നോക്കാനാവില്ല എന്ന്. സ്റ്റോപ്പ്. നിർത്തി! ലെൻസും ടേപ്പും ഡിവൈഡറും മഷിയും പാഡും എല്ലാം തട്ടിൻപുറത്തേക്കു വലിച്ചെറിഞ്ഞു.

ചികിത്സിക്കേണ്ടിവരോ!

ഏയ്! ആർക്കും ഓദ്രൊന്നും ഇല്ല. ദൊക്കെ ആറുമാസം മാത്രം നീണ്ടുനിക്കണ ഒരു കമ്പംന്ന് നിരീച്ചാ മതി.

വേളി കഴിപ്പിച്ചാ മതി!

വേളി കഴിച്ചു.

## ഒമ്പത്

# കൊട്ടും പാട്ടും

മദിരാശിപർവം കഴിഞ്ഞുവന്ന ഉടനെ ട്യൂഷൻ മാഷായി. താമസി യാതെ ഒരു സ്ഥാപനവും ആരംഭിച്ചു. ടൈപ്പ്റൈറ്റിംഗ് ഇൻസ്റ്റിറ്റ്യൂട്ട്. നമ്പൂരീസ് ട്യൂട്ടോറിയൽ ആന്റ് ടൈപ്പ്റൈറ്റിംഗ് ഇൻസ്റ്റിറ്റ്യൂട്ട്. പട്ടി പ്പാറ ശങ്കരൻകുട്ടി ടൈപ്പ്-ഷോർട്ട്ഹാന്റ് മുഖ്യഅധ്യാപകൻ. അനി യേട്ടനടക്കം ഇല്ലത്ത് പഠിപ്പുകഴിഞ്ഞവരൊക്കെ ട്യൂട്ടോറിയൽ ടീച്ചേ ഴ്സ്. ചേലാട്ട് വേണു കുറച്ചുകാലം മാനേജർ. ഏഴാംകല്ല് ഇൻസ്റ്റിറ്റ്യൂ ട്ടിൽ മാത്രം. വേണു പിന്നെ ട്രാൻസ്പോർട്ട് സർവ്വീസിൽ പോയി എട്ടുപത്ത് കൊല്ലം മുമ്പ് അടുത്തൂൺപറ്റി. സ്വസ്ഥം. ഒരു പ്രാരബ്ധ വുമില്ല. അവിടെ ഹിന്ദിവിദ്വാനും പഠിപ്പിച്ചിരുന്നു. എരനല്ലൂര് പിഷാ രത്തെ ടീച്ചർ. ഹിന്ദി വൃത്തിയായി അറിയാം. പഠിക്കാൻ തരാവാതെ പഠിപ്പിക്കുവാൻ സ്കൂൾ-കോളേജുകളിലെത്തിയ യഥാർത്ഥ അധ്യാ പകരുടെ തലമുറയിൽപ്പെട്ട അധ്യാപിക. അവരൊക്കെ സ്വയം പഠിച്ചു യർന്നവരാകുന്നു. കേരളം അറിയുന്ന പണ്ഡിതാധ്യാപകൻ. ആ കാലം കഴിഞ്ഞു എന്നു സംശയിക്കുന്നു.

നമ്പൂരീസ് ഇൻസ്റ്റിറ്റ്യൂട്ടിന്റെ വാർഷികത്തിനാണ് നാടകം എഴുതി യത്. മൂന്നു നാടകം അക്കാലത്തെഴുതി. പരാജിതൻ, ചതുരംഗം, കൈവിഷം. സാക്ഷാൽ എം.എസ്. നമ്പൂതിരിയുടെ മകൻ നളിനൻ അന്ന് തൃശൂരുണ്ട്. എക്സ്റേ ടെക്നീഷ്യൻ. റേഡിയോളജിസ്റ്റ്. പോളി ക്ലിനിക്കിൽ. പാരമ്പര്യവഴിക്ക് നാടകം രക്തധമനികളിൽ വേലിയേറ്റം കൊള്ളുന്ന നളിനൻ സംവിധായകൻ. ഇൻസ്റ്റിറ്റ്യൂട്ട് വിദ്യാർത്ഥികൾ നടീനടന്മാർ. നാടകഹരം മൂത്തപ്പോൾ ഒരു പ്രൊഫഷണൽ സംഘം തന്നെ തുടങ്ങാമെന്നു മോഹിച്ചു. നടന്നില്ല. എന്നാലോ കുറെക്കഴിഞ്ഞ് രണ്ട് പ്രശസ്ത നാടകങ്ങളിൽ അഭിനയിച്ചു. വി.ടി. ഭട്ടതിരിപ്പാടിന്റെ അടുക്കളയിൽനിന്നരങ്ങത്തേക്ക്. അസീസിന്റെ - ഈയിടെ മൺമ റഞ്ഞ ഫിലിം ഡയറക്ടർ അസീസ്-ചാവേർപ്പട. ചാവേർപ്പടയുടെ

ഉദ്ഘാടനം. പിന്നെ അവർ എന്നെ വിളിച്ചില്ല. എനിക്കു സമ്മതമായി. ഞാൻ നടനല്ല. എന്നിട്ടും അടുക്കളയിൽ അഭിനയിച്ചു. അതും അഭിനയിക്കുവാൻ പോയതല്ല. ഉത്സാഹിയായി എത്തി. എം.എസ്, പ്രേംജി, പരിയാനംപറ്റ, കുത്തുള്ളി, ചൊവ്വല്ലൂർ കൃഷ്ണൻകുട്ടി – അഞ്ചാന പാഞ്ചാരി പഞ്ചാരപ്പായസം – മേഴത്തൂര് അരപ്പനാട്ടും മഞ്ഞപ്പാറ്റയുമായി കൂടി. ബഹുസുഖം. ആ എൺപതാംപിറന്നാളുകഴിഞ്ഞ് നാടകം മൂന്നുനാലു ദിക്കിൽകൂടി അഭിനയിച്ചു. സംഗീതനാടക അക്കാദമിയുടെ കാര്യസ്ഥതയിൽ. പിന്നെ വി.ടിയുടെ നൂറാം ജന്മദിനാഘോഷത്തിൽ. മേഴത്തൂരുവെച്ച്. മഞ്ഞപ്പറ്റ വെച്ച്. ആദ്യംമുതൽ മുല്ലനേഴി നീലകണ്ഠകവിയുമുണ്ട്. മുല്ലൻ. ചെറുമി. അടുക്കളയിൽനിന്നരങ്ങത്തേക്ക് ആദ്യം അരങ്ങേറിയപ്പോഴും ഒരു മുല്ലൻ ഉണ്ടായിരുന്നു. മുല്ലപ്പിള്ളി നമ്പൂതിരി. സ്വാതന്ത്ര്യസമരസേനാനി കെ.ദാമോദരന്റെ സമകാലീനനായി കാശിയിൽ പഠിച്ച ദേശസ്നേഹി. വളരെ കഴിഞ്ഞ് എന്റെ ബന്ധുവുമായി. അദ്ദേഹത്തിന്റെ മൂത്തമകൾ എന്റെ ഏട്ടന്റെ ഭാര്യയായി.

തമ്പ്രാക്കന്മാരുടെ ഓരോരോ നേരംപോക്ക്!

കൃഷ്ണൻകുട്ടിനായർ വൈദ്യമഠത്തിന്റെ ആളാണ്. എന്തൊക്കെയാണ് പണി എന്ന് എനിക്കറിയില്ല. പച്ചമരുന്നു മേടിക്കലാവാം, ബാങ്കിൽ പോകലാവാം, മരുന്നു കലവറയിലേക്ക് ആവശ്യമുള്ളത് പറഞ്ഞാൽ അതിനായി ഓടിനടക്കുകയാവാം. എല്ലാത്തിനും കൃഷ്ണൻകുട്ടിനായരാണ്. മഞ്ഞപ്പറ്റ തമ്പുരാക്കന്മാരുടെ കാര്യസ്ഥതയും ഉണ്ട്. അവരുടെ ബന്ധുക്കളെ മുഴുവനറിയും. മുറുക്കുബീഡി തുടങ്ങി എന്തും കൃഷ്ണൻകുട്ടിനായർക്ക് നേരംപോക്കാണ്. അന്ന് വേറെ നേരംപോക്കൊന്നും അറിയില്ല. കുപ്പിലഹരി വശമാക്കിയിട്ടുണ്ട്. അത്രതന്നെ. ഒട്ടും കമ്പം കേറീട്ടില്ല.

റിഹേഴ്സൽ പൊടിപൊടിച്ചു. പ്രേംജി, എം.എസ്., പരിയാനംപറ്റ സെറ്റിൽ ഞങ്ങൾ കേൾവിക്കാരാണ്. കാർന്നവന്മാരുടെ പൊട്ടിത്തെരിക്കുന്ന ചെറുപ്പം ആവുന്നപോലെ ചോർത്തിയെടുക്കാൻ ഞങ്ങൾ ശ്രമിക്കും. പ്രേംജിയുടെ നെറ്റിയിലെ വടുവിനെപ്പറ്റി വീണ്ടും വീണ്ടും ചോദിക്കും. കളിത്തോഴി വിസ്തരിക്കും. പക്ഷേ, പിന്നീടുണ്ടായ പ്രണയഭംഗം മൗനിയായി ചിന്താക്ലാന്തമായ മുഖം താഴ്ത്തി ചക്രവാളത്തിനപ്പുറത്തേക്കു നീണ്ട തളർന്ന മിഴിയാൽ കണ്ടു ധരിക്കണം.

എം.എസ്. സ്വന്തം ശ്ലോകങ്ങളും നീട്ടിച്ചൊല്ലും. എഴുത്തുകാരനായി അറിയപ്പെട്ടിട്ടില്ലാത്ത അദ്ദേഹത്തിന് ജീവിതം മുഴുവനും നാടകമായിരുന്നു. സിനിമ വേണ്ടത്ര അർത്ഥവും ആൾപ്പേരും നൽകിയെന്നു പറയാൻ വയ്യ. സമ്പന്നമായ ഒരില്ലത്തു ജനിച്ച് ഏഴര പതിറ്റാണ്ടു മുമ്പ് കോളേജിൽ ചേർന്ന് ബിരുദം നേടിയ അദ്ദേഹത്തിന് ഔദ്യോഗികരംഗത്ത് കയറിക്കയറിപ്പോകാമായിരുന്നു. നാടകപ്രേമം മറ്റ് രംഗങ്ങളിൽ നിന്ന് അദ്ദേഹത്തെ അകറ്റി. കല സപത്നിയെ സഹിക്കില്ലല്ലോ.

പരിയാനംപറ്റ സാക്ഷാൽ ഇ.എം.എസ്. നമ്പൂതിരിപ്പാടിന്റെ നേരെ മരുമകൻ. അഷ്ടഗ്രഹത്തിലാഢ്യൻ. ജന്മി. സർവോപരി ജാലവിദ്യാ കുലപതി വാഴക്കുന്നത്തിന്റെ ശിഷ്യൻ. പ്രഗത്ഭനായ ചമയൻ - വിദഗ്ദ്ധൻ - ഏകാംഗനടൻ. ക്ഷണംകൊണ്ട് മലപ്പുറം മാപ്ലയും കുംഭാരത്തിയും കൊങ്കിണിയുമാവും. അടുക്കളയിൽനിന്ന് അരങ്ങത്തേക്ക് വരുന്ന മാറുമറയ്ക്കാത്ത മുത്തശ്ശിയും മാറ് മുളയ്ക്കാനാരംഭിച്ച തെരണ്ടുതീണ്ടാരിയാരംഭിക്കാത്ത പെൺകിടാവും മുഴുത്ത മാറും തുളുമ്പിച്ചവൻ കറ്റയേറ്റിവന്ന ചെറുമിയും പരിയാനംപറ്റയുടെ കൈപ്പുണ്യമാകുന്നു.

വി.ടിയുടെ എൺപതാംപിറന്നാളായപ്പോഴേക്കും അദ്ദേഹത്തിന് കണ്ണുകാണുവാൻ പ്രയാസമായിത്തുടങ്ങിയിരുന്നു. എന്നിട്ടും ഉഴുത്രന്റെ ജ്യോതിഷി എരമ്പി!

നാടകകാലം അങ്ങനെ കഴിഞ്ഞു. ച്ചാൽ ഒരിക്കൽ പരശുരാമനായി ഗുരുവായൂർ നടയ്ക്കൽ തുള്ളിയാടി. കിതച്ച് തളർന്ന് വശംകെട്ടു. അവരുടെ അഭിനയം ഏറെ ശാരീരികാധ്വാനം വേണ്ടതായിരുന്നു. സ്കൂൾ ഓഫ് ഡ്രാമയിൽനിന്നും വന്നവർ. എനിക്കു മനസ്സിലാവില്ല. അതിന്റെ ആട്ടപ്രകാരം ഒന്നു വേറെയാകുന്നു.

അടുക്കളയിൽനിന്ന് - മേഴത്തൂര് റിഹേഴ്സൽ പൊടിപൊടിച്ച കാര്യം പറഞ്ഞുവല്ലോ. കൃഷ്ണൻകുട്ടിനായരുടെ സേവനം. ഞാൻ പണ്ടെന്നോ കേട്ടുമറന്ന "അടിയൻ, എറാൻ, ആചാരവാക്കുകൾ നാടകത്തിലുണ്ട്. എം.എസ്. വലിയേട്ടനാണ് ആ വാലിയക്കാരൻ - കാര്യസ്ഥൻ അഭിനയിച്ചത്. അച്ഛൻ നമ്പൂതിരിയുടെ തിരുവെഴുത്തും കൊണ്ടുവരുന്ന എലമുറി കാര്യസ്ഥൻ. എന്റെ കുട്ടിക്കാലത്തും ഏറെ എറാൻ കേട്ടിട്ടുണ്ട്. നാടകത്തിലും. അതിൽപ്പിന്നെ ഈയിടെ ഒരു

സ്ത്രീ കാര്യമായി അടിയൻ എന്നു പറഞ്ഞു. എനിക്കു നന്നെ ശങ്കയായി. കളിയാക്കുന്നതാണോ. അതോ - കളിയാക്കിയതല്ല. എങ്കിൽ ഏതാണ്, എന്താണ് ഉദ്ദേശ്യലക്ഷ്യങ്ങൾ. അതുണ്ടാവുമല്ലോ. ഇല്ലെങ്കിൽ ഇക്കാലത്ത് ഒട്ടും നമ്പൂരിത്തം ഇല്ലാത്ത എന്നെ താണുതൊഴുത് അട്യേൻ റാൻ എന്നൊക്കെ പറഞ്ഞ് വിനീതവിധേയയാവണോ. ഇത് നാടകമല്ലല്ലോ. അതിരിക്കട്ടെ; ആ ആചാരവാക്കുകൾ ഒട്ടും സുഖമല്ലാത്ത ഭൂതകാലത്തെ ഓർമ്മിപ്പിക്കുന്നു. സവർണനായി ജനിച്ചതിന്റെ സർവഭർത്സനങ്ങളും കേൾക്കേണ്ടിവന്നവരെ ഓർമ്മിപ്പിക്കുകയും ചെയ്തു. ഇന്നും വേറൊരുതരത്തിൽ ഭൂരിപക്ഷസമുദായം അനുഭവിക്കുന്നുണ്ടല്ലോ. നമ്മുടെ ഇടതുപക്ഷമതേതരക്കാരൊക്കെ ഭൂരിപക്ഷ സമുദായമായ ഹിന്ദുവിന് എതിരാകുന്നു. ഹിന്ദുവിന്റെ ബാക്കിയുള്ള അല്പം ക്ഷേത്രസ്വത്ത് കൈക്കലാക്കുവാൻ - വേണ്ട മതി!

ആയിരത്തിത്തൊള്ളായിരത്തി അറുപതുകളുടെ അവസാനമാണ് ട്യൂട്ടോറിയൽകാലം. അതും പിഴച്ചപ്പോൾ കൊടുങ്ങല്ലൂരെത്തി. തൂണിൽ കാവ്യം തുളുമ്പുന്ന ആ തുറമുഖനഗരം എന്നേയും മോഹിപ്പിച്ചു. ചെറുതായി പ്രചോദിപ്പിച്ചു. ഉപനയനം കഴിഞ്ഞ മുതൽ ചൊല്ലിയതും പിന്നെ ഉപേക്ഷിച്ചതും 'പ്രചോദയാൽ' എന്നാണല്ലോ.

അന്ന് സാക്ഷാൽ വി.ടിയുണ്ടായിരുന്നു. നടനായി അരങ്ങത്തുവരികയും ചെയ്തു. ഇ.എം.എസ്. നമ്പൂതിരിപ്പാടും നാടകം കാണുവാനെത്തി. അടുക്കളയിൽ നിന്ന് ആദ്യം അരങ്ങേറിയപ്പോൾ ഇ.എം.എസ്. നമ്പൂതിരിപ്പാട് പ്രോംപ്റ്റർ ആയിരുന്നു എന്നു കേട്ടിട്ടുണ്ട്. അദ്ഭുതം. സംസാരിക്കുമ്പോൾ വിക്കലുള്ള അദ്ദേഹം പ്രോംപ്റ്റ് ചെയ്യുകയോ! സഖാവ് ഇ.എം.എസ്. നമ്പൂതിരിപ്പാടിന്റെ പ്രസിദ്ധമായ ഒരു വാക്യമില്ലെ! അങ്ങയ്ക്ക് എപ്പഴും വിക്കലുണ്ടോ എന്നു ചോദിച്ച വിദേശ പത്രക്കാരനോട് "ഇല്യ സംസാരിക്കുമ്പോൾ മാത്രം" എന്നു പറഞ്ഞതാണ് ആ ഉഗ്രൻ ഫലിതം. അതൊരു ഫലിതം മാത്രമല്ല. പരമാർത്ഥവുമാകുന്നു. വിക്കലുള്ള അനവധി ഓത്തമ്മാരുണ്ടായിരുന്നു. ഇപ്പോഴുമുണ്ട്. അവർക്ക് ഓത്തുചൊല്ലുമ്പോൾ വിക്കലില്ല. പദങ്ങൾ ആലോചിച്ചുപയോഗിക്കുമ്പോഴേ വിക്കുള്ളൂ. നന്നായി പഠിച്ചുറപ്പിച്ച് മനപ്പാഠമാക്കിയാൽ വിക്കില്ല എന്നാവാം.

അന്ന് മേഴത്തൂരുപാടത്ത് - വി.ടിയുടെ പടിക്കൽ അരങ്ങേറിയ ആ നാടകം നാട്ടുകാരേയും നാടകപ്രേമികളേയും ഗവേഷകരേയും

നന്നായാവേശം കൊള്ളിച്ചു. മുക്കാൽ നൂറ്റാണ്ടിനു മുമ്പുണ്ടായിരുന്ന നമ്പൂതിരി മലയാളത്തിന്റെ വ്യക്തമായ ഒരു "തുണ്ടായിരുന്നു" അത്. ഒരു തുണ്ട് ചരിത്രം. സംസ്കാരസമ്പന്നരും സംസ്കൃതചിത്തരും സമ്പന്നരുമായിരുന്ന അന്നത്തെ നമ്പൂതിരി നാലുകെട്ടിനകം വീണ്ടും ഒന്നു കാണുവാൻ പഴമക്കാർക്കും ആദ്യമായി അറിയുവാൻ പുത്തൻ തലമുറയ്ക്കും ഇടകിട്ടി. ഭൂദേവന്മാരുടെ, ദേവിമാരുടെ കഥ പുറം ലോകം അറിഞ്ഞിരുന്നില്ലല്ലോ. വി.ടിയുടെ നാടകവും അതിൽനിന്ന് പ്രാണനും ശരീരവും സ്വീകരിച്ച് മറ്റു രണ്ടു പട്ടേരിമാരും നാലുകെട്ടിനകം പുറത്തുള്ള വാതിൽ തുറന്നു കാണിച്ചുതന്നു. എം.പി. ഭട്ടതിരിപ്പാട് എന്ന പ്രേംജിയും എം.ആർ.ബി. എന്ന സഹോദരനുമായിരുന്നു ആ പട്ടേരിമാർ.

അന്നു ജാതിയുണ്ടായിരുന്നു. മതമില്ലായിരുന്നു. നമ്പൂതിരി ഹിന്ദുവാണെന്ന് ധരിച്ചിരുന്നുവോ ആവോ. മുവ്വായിരത്തിലധികം ജാതി ഇന്ത്യാരാജ്യത്തുണ്ട് എന്ന കണക്കുമുണ്ട്. ഇവരൊക്കെ ഹിന്ദുവാണെന്ന് അവരറിഞ്ഞിരുന്നില്ല.

അന്നും പിന്നെ നാലഞ്ച് അരങ്ങും അടുക്കളയിൽനിന്ന് അരങ്ങത്തെത്തി. എന്നാലും അന്നത്തെ നാടകക്കമ്പം വറ്റിവരണ്ടു. ച്ചാൽ, നചികേതസ്സ്, നാലു വിഡ്ഢികളും ഞാനും, പരമഹംസൻ എന്നിങ്ങനെ മൂന്നു നാടകങ്ങൾ എഴുതി ഓരോ പ്രാവശ്യം രംഗത്തവതരിപ്പിക്കുകയുമുണ്ടായി. ഈ മൂന്നു നാടകവും അച്ചടിച്ച് പ്രസിദ്ധീകരിക്കുകയും ചെയ്തു. ആദ്യം ട്യൂട്ടോറിയൽ വാർഷികത്തിനെഴുതിയ മൂന്നും എവിടെയോ നഷ്ടപ്പെട്ടു. അഥവാ, ഞാനത് സൂക്ഷിച്ചില്ല. അവ മാത്രമല്ല ഒന്നും സൂക്ഷിച്ചില്ല. സൂക്ഷ്മമില്ലാത്തതിന്റെ നഷ്ടം അനുഭവിച്ചുകൊണ്ടേയിരിക്കുന്നു. നന്നെ മോഹിച്ച് ഭാരതപ്പുഴയുടെ വക്കത്ത് ഒരു പുര പണിതു. മുഴുവനായി എന്നു പറയാനും വയ്യ. കൊണ്ടയൂര്. സംന്യാസാശ്രമങ്ങളുടെ നാട്. മണൽമാഫിയ. ഒക്കെ നന്ന്. ആദ്യം എന്റെ മോട്ടോർ കാണാതായി. അകത്താണ് വെച്ചിരുന്നത്. പിന്നെ വാട്ടർടാപ്പുകൾ. ഇപ്പോൾ വാട്ടർടാങ്കും. നോട്ടം ഇല്ലാത്ത ദോഷം എന്ന് നസ്യം. അവിടെ താമസമില്ല. സ്ഥിരതാമസമാക്കാനും പറ്റില്ല. ഇടയ്ക്കൊന്നു പോയി വരും. ബാക്കി സമയം കൂളപ്പിള്ളേരും മോഷ്ടാക്കളും. എനി ഞാനെത്തുമ്പോൾ എന്താണ് ബാക്കിയുണ്ടാവുക! എന്തായാലും ഭൂമി കൊണ്ടുപോവില്ല. ഉറപ്പില്ല. ഭൂകമ്പത്തിന്റെ നാടാണ്. ഈയിടെയായി തീവ്രവാദികളും ഉണ്ടെന്നു കേൾക്കുന്നു.

# വൈദ്യമഠം

ഭ്രഷ്ട് എഴുതിക്കഴിഞ്ഞ സമയമാണ്. മുപ്പത്തിയെട്ടു കൊല്ലമായി. അശ്വത്ഥാമാവ് ആദ്യവും തുടർന്ന് ഭ്രഷ്ടും മാതൃഭൂമിയിൽ വന്ന് "മാടമ്പ് കുഞ്ഞുകുട്ടൻ" ചില്ലറ എഴുത്തുകാരനായി വന്ന സമയം. അതിൽപിന്നെ ഇന്ത്യാരാജ്യത്ത് ഇതേവരെയുണ്ടായതിൽ നല്ലതിൽ ഒന്ന് എന്ന് ഞാൻ വിചാരിക്കുന്ന ഓംശാന്തി... എഴുതിയിട്ടും അമൃതസ്യ പുത്രഃ, സാധനാലഹരി എന്നിവ അച്ചടിയിൽ എത്തിയിട്ടും മാടമ്പ് വലിയ എഴുത്തുകാരനായില്ല. പരിഭവം പിളുത്തിയതല്ല. ഏതായാലും അന്ന് ഇവന് ഇത്തിരി ഭ്രമം വന്നുപെട്ടു. പേടിഭയം! മായക്കാഴ്ചകൾ. ബോധാബോധത്തിന്റെ വെളിച്ചവും ഇരുട്ടും. കുറച്ച് അലോപ്പതി നോക്കി. കോഴിക്കോട് മെഡിക്കൽ കോളേജ് പ്രൊഫസർ എൻ.എസ്. വേണുഗോപാലനവർകൾ ഉപദേശിച്ചു. ആയുർവേദം നോക്കാം. വൈദ്യമഠത്തിനെ അറിയില്ലേ!

അറിയില്ലേ എന്നു ചോദിച്ചാൽ – അറിയാത്തവരാരുണ്ട്! കേൾക്കാത്തവർ എന്ന അർത്ഥത്തിൽ. ആയുർവേദശാസ്ത്രസാഗരോപമൻ വൈദ്യമഹോദധിവൈദ്യമഠം ചെറിയനാരായണൻ നമ്പൂതിരി, ഇപ്പോഴത്തെ വലിയ നാരായണൻ നമ്പൂതിരിയുടെ അച്ഛൻ. ഇപ്പോഴത്തെ വലിയ എന്നു പറഞ്ഞാൽ ചെറിയ എന്നു താൽപര്യം! വലിയ നാരായണൻ നമ്പൂതിരി എന്ന നാമം ഇപ്പോഴത്തെ വലിയ (ചെറിയ) നാരായണൻ നമ്പൂതിരിയുടെ മുത്തശ്ശന് മാത്രം അവകാശപ്പെട്ടതാകുന്നു. ഞാൻ കണ്ടിട്ടില്ല. അന്ന് 1972–73 കാലത്ത് ഒരു വൈദ്യമഠത്തിനേയും നേരിട്ടറിയില്ല. എങ്കിലും അവിടെ പോയി. വിസ്തരിച്ച് സ്നേഹപാനം. വെടുവെടുപ്പായി. അക്കാലം വൈദ്യശാലയിൽ തിരക്കില്ല. കിടത്തിചികിത്സ സാധാരണ ആയിട്ടില്ല. എന്നിട്ടും എനിക്ക് അവിടെ താമസിക്കുവാൻ സാധിച്ചു. പിന്നെ അഞ്ചാറു തവണ തലപൊതിച്ചൽ, വസ്തി ആവക. ഏതാണ്ട് മുഴുവനും സുഖം. ഇത്തിരി ബാക്കിയുള്ള അസുഖം എന്റെ ഭ്രാന്തൻ ജീവിതരീതികൊണ്ടുണ്ടായതാകുന്നു. അത് എനിക്കു നന്നായറിയാം. ദ്വേധാവൈദ്യനായ എന്റെ ധന്വന്തരിയുടെ അനുഗ്രഹത്തിന്റെ അപൂർണതയല്ല.

വൈദ്യൻ കവിയാണല്ലോ. കവിരാജബിരുദം വൈദ്യഭൂഷണം തന്നെ. വൈദ്യമഠം ദ്രുതകവിയുമാണ്. സംസ്കൃതത്തിൽനിന്നുള്ള പരിഭാഷ ആ കേരളവ്യാസനെ ഓർമ്മിപ്പിക്കും ക്ഷിപ്രസാദ്ധ്യം. ഒന്നു

നോക്കുമ്പോഴേക്കും മലയാളത്തിൽ മൂല്യത്തിന്റെ തർജ്ജിമ അങ്ങനെ വാർന്നുവീഴും. വൈദ്യവൃത്തി തന്നെ മുഴുവൻ സമയവും ആവശ്യപ്പെടുന്നതാണ്. വിശ്രമം ഇല്ലാത്ത പണി. വിശ്രമത്തിന് വിശേഷാലുള്ള ശ്രമം എന്നാണ് അദ്ദേഹത്തിന്റെ ജീവിതത്തിന്റെ അർത്ഥം. ഗർഗ്ഗഭാഗവതവും പാലകാപ്യവുമടക്കം കനത്ത ഗ്രന്ഥങ്ങൾ എത്ര പ്രയാസമാണെന്നോ മൊഴിമാറി ശുദ്ധമലയാളമായി സഹൃദയരുടെ കൈയിൽ എത്തുന്നത്. അതിലിടക്ക് സ്വകവനങ്ങളും ലേഖനങ്ങളും. കവിത മാത്രം കർമ്മമായുള്ളവർക്കുകൂടി എളുപ്പമല്ലാത്താണ് ഈ സിദ്ധി. സദാ കർമ്മനിരതനായ വാസനക്കാർക്കു സാധിച്ചേക്കും. എന്നാൽ വൈദ്യമഠം കവികർമ്മിയല്ല. വൈദ്യനാണ്. കേരളത്തിലെ ഏറ്റവും പ്രസിദ്ധനും പ്രഗത്ഭനുമായ പാരമ്പര്യ വൈദ്യൻ. അഗ്നിഹോത്രിയുടെ ശാലാവൈദ്യൻ! അതിനും മുമ്പും വൈദ്യകുലം. മേഴത്തോളഗ്നിഹോത്രി യാഗശാലയിലേക്ക് ഉപനയിച്ചു എന്നേയുള്ളൂ.

പ്രായേണ വൈദ്യൻ ഒരാളുടേയും സുഹൃത്തല്ല. വൈദ്യൻ - ഡോക്ടർ - ബഹുമാനത്തോടെ മാത്രം ഓർമ്മിക്കപ്പെടുന്ന പരിചിതനാവും. രോഗത്തിന്റേയും വേദനയുടേയും വേലിയേറ്റസമയം വൈദ്യനെ തൊഴുതു നമസ്കരിക്കുന്നവരും രോഗശമനത്തിനുശേഷം ആ അടുപ്പം കൊണ്ടുനടക്കാൻ അപ്രാപ്തനാവും. കാരണം നല്ല വൈദ്യന് വെടിവട്ടത്തിന് നേരം കാണില്ല. പഴയ വൈദ്യന്മാർക്ക് തിരക്കു കുറവാകും. പഴയകാലത്ത് എന്നർത്ഥം. ഇത്രയേറെ രോഗികളില്ല. അനങ്ങിയാൽ ഡോക്ടറെ കാണിക്കുന്ന ഏർപ്പാടുമില്ല. ബ്രാഹ്മണരായ അഷ്ടവൈദ്യന്മാർ പ്രഭുകുടുംബങ്ങളിൽ നിത്യനായേക്കാം. മറ്റ് സാധാരണക്കാർക്ക് അപ്രാപ്യനായിരിക്കും. നാട്ടിലുള്ള പാരമ്പര്യവൈദ്യന്മാരാണ് അവരുടെ ആരോഗ്യസംരക്ഷകർ. ബാലവൈദ്യം, പനി, നേത്രരോഗം, പ്രസവം തുടങ്ങി എട്ടംഗങ്ങളിലും പ്രാവീണ്യം നേടിയവർ അവരുടെ ഇടയിലുണ്ടായിരുന്നു. വിഷവൈദ്യം വേറെയും. ഒടിവുചതവുകൾക്ക് വിദഗ്ധചികിത്സ ചെയ്യുന്നവരായി ചിലരും. എലിവിഷം മാത്രം ചികിത്സിക്കുന്ന കുടുംബം, പേപ്പട്ടിവിഷത്തിന് മരുന്നു കൊടുക്കുന്നവർ, ചെന്നിക്കുത്തിന് വിലക്കാനറിയുന്ന മുത്തശ്ശിമാർ, മഞ്ഞപ്പിത്ത-മസൂരി ചികിത്സാനൈപുണ്യം നേടിയവർ - ഒക്കെ കുലവൃത്തിയായി ശീലിച്ചുവന്നവർ. അങ്ങനെ വരുമ്പോൾ അഷ്ടവൈദ്യനെ സമീപിക്കുന്നവർ കുറവാകും. അതാണ് തിരക്കു കുറയും

എന്നു പറയുവാൻ കാരണം. തിരക്കു കുറഞ്ഞാലും വൈദ്യൻ സുഹൃത്താവാൻ വിഷമം. അതെന്തോ ഈശ്വരേച്ഛയാവാം.

അതുകൊണ്ട് വൈദ്യമഠം എനിക്കാര് എന്നു ചോദിച്ചാൽ “എന്റെ ധന്വന്തരി” എന്നേ പറയുവാനാവൂ.

ഇക്കഴിഞ്ഞകൊല്ലം ഒരു നേരംപോക്കുണ്ടായി. നേരംപോക്ക് എന്നു പറയാമോ. നിശ്ശംല്യ. അന്ന് വൈദ്യമഠത്തിൽ ഞാനുണ്ട്. ശുദ്ധ വേനൽ. വൈദ്യശാലയിൽ വെള്ളത്തിന് വറ്റലുണ്ട്. ഉള്ള രോഗികളെ മാറ്റണോ എന്നു ശങ്ക. അപ്പോഴാണ് അരിക്കം രാമചന്ദ്രൻ പറഞ്ഞത്. അവരുടെ കുന്നുകളിൽ ഒരു കൂട്ടരുണ്ട്. പഴയ കണക്കിൽ താഴ്ന്ന ജാതി. അവർക്ക് ഒരു പൂജയുണ്ട്. അതു നേർന്നാൽ മഴപെയ്യും.

എന്തു പൂജയായാലും വേണ്ടില്ല, മഴ പെയ്യണം. വൈദ്യമഠത്തിനും വേണ്ടപ്പെട്ടവർക്കും ഒരു വിരോധവുമില്ല. രാമചന്ദ്രൻ, അവിടെ ഡോക്ടറാണ്, അദ്ദേഹവും വൈദ്യശാലയിലെ ചിലരും കൂടി പുറപ്പെട്ടു. വഴിവാടു നേർന്നു. മഴ പൊടിഞ്ഞു! പിറ്റേന്നാണ് ശരിക്കും പൂജ. ഞാനും ഒപ്പം പോയി. സന്ധ്യനേരം. പഞ്ചായത്തു മെമ്പർ കൂടിയായ അവരുടെ ഗോത്രമുഖ്യനെ കണ്ടു. എല്ലാം ഏർപ്പാടാക്കി. കുന്നിൻപള്ളയിലുള്ള ഒരു കണ്ടം. ചെറിയ പാറപ്പുറം. അതിൽ ഗോട്ടി കളിക്കാനുള്ള കുഴിപോലെ ഒന്നുരണ്ടു കുഴികൾ. യഥാർത്ഥ മൂലസ്ഥാനമല്ല. അത് അന്യം വന്നു. മറ്റൊരു മതവിശ്വാസിയുടെ കൈയിലാണ്. ഈ പാറപ്പുറവും മറ്റാരുടേയോ ആണ്. അവിടെ ഞങ്ങൾ ഒരുവിധം എത്തി. ഒരുപിടി അവില്. ഒരു കുപ്പി കള്ള്. ഇത്തിരി തവിട്. ഗോത്രപൂജാരി ദ്രവ്യം അവിടെവച്ചു. മന്ത്രം ഉരുവിട്ടു. ഞങ്ങളോട് പത്തടി മാറിനിക്കാനും കല്പിച്ചു. പത്തുനിമിഷം. ഒക്കെ കഴിഞ്ഞു. ഞങ്ങൾ തിരിച്ചു പോരുമ്പോഴേക്കും മഴ ആരംഭിച്ചു. വൈദ്യമഠത്തിൽ എത്തിയപ്പോഴേക്കും നല്ല മഴ! കാറ്റ്!

ഇതിന്റെ യുക്തി എന്താണ്!

തമാശ എന്താണെന്നു വെച്ചാൽ ഡോക്ടർ രാമചന്ദ്രനടക്കം എല്ലാവരും ജന്മനാ മാർക്സിസ്റ്റാണ്!!

ചിലതൊക്കെ സാധാരണ യുക്തിക്ക് അപ്പുറത്താണ് എന്നു വിചാരിക്കേണ്ടിവരും. മഴയെ ആവാഹിക്കുന്ന ഗോത്രവർഗ്ഗം വേറെയുമുണ്ട്. ഇത് വിശ്വാസത്തിന്റെ കഥയല്ല. അനുഭവം മാത്രമാണ്. സമാനമായ

അനുഭവങ്ങൾ പലയിടത്തും സംഭവിച്ചതായി നാം കേൾക്കുന്നു. പാടത്ത് ചാഴിയെ വെലക്കുന്നവരെ ഞാൻ കണ്ടിട്ടുണ്ട്. എന്റെ കുട്ടിക്കാലത്ത് പാടത്തു ചാഴിക്കേട് അധികമായാൽ വിലക്കും. അതറിയാവുന്ന വല്യാള് കണ്ടത്തിലിറങ്ങി ഒരു പനമ്പിട സ്ഥലം വകഞ്ഞു വയ്ക്കും. ബാക്കി മുഴുവൻ നടന്ന് മന്ത്രംചൊല്ലി മുണ്ടുവീശും. എല്ലാ ചാഴിക്കും ആ പനമ്പിടനെല്ലിൽ വന്നിരിക്കും. അത്രയും നെല്ലും അവയുടെ ഭക്ഷണമാകുന്നു. ബാക്കി എവിടേയും വരരുത്!! വലിയ വല്യാളടെ കല്പന ആ ചെറുപ്രാണികൾ കേൾക്കും! അനുസരിക്കും. ഇരുപതോ മുപ്പതോ പറ നിലത്ത് മറ്റൊരിടത്തും ചാഴിക്കേടുണ്ടാവില്ല! എന്താണതിന്റെ സൂത്രം! പിൽക്കാലത്ത് ശ്രീവിദ്യാധിരാജ ചട്ടമ്പിസ്വാമികൾ പഴുത്ത പേരയ്ക്ക മുഴുവനും തിന്നുതീർക്കുന്ന അണ്ണ–ചെറുചപ്പില കിളികളെ വിലക്കി എന്നു വായിച്ചിട്ടുണ്ട്. ആ ചെറുജീവിക്ക് ഒരു ചില്ലയിലെ പേരയ്ക്ക മാത്രം കല്പിച്ചനുവദിച്ചു. വയറു നിറയ്ക്കാം. വെറുതെ കടിച്ചുതുപ്പരുത്. ചെറുകിളികളും, അണ്ണ–അടയ്ക്ക കിളികളും അവരുടെ പങ്കുമാത്രം ഭക്ഷിച്ചു.

യുക്തിവാദികൾ എന്തുപറയുന്നു എന്ന് ഞാനന്വേഷിച്ചിട്ടില്ല. ചെറുപ്രാണികളെക്കൂടി അനുസരിപ്പിക്കുന്ന സ്നേഹം വിശ്വാസമാണെന്ന് കേൾക്കുവാൻ എനിക്കിഷ്ടമല്ല. സയൻസ് സയൻസ് എന്ന് അവർ പറയുന്ന ആ യുക്തി എനിക്കു മനസ്സിലാവാത്തതാകുന്നു.

അങ്ങനെയുള്ള ചില നാട്ടറിവുകൾ നമുക്കുണ്ടായിരുന്നു എന്നേ ഈ പറഞ്ഞതിന് താൽപര്യമുള്ളൂ. രോഗശമനത്തിന് ഊതുന്നതും കൊടിഞ്ഞിക്കുത്തിന് വിലക്കുന്നതും അപൂർവം നാട്ടിൻപുറത്തു കാണാം. കൊതിക്കെറുവിന് ഉഴിഞ്ഞുകളയുന്നത് സാധാരണമായിരുന്നു. അവയൊക്കെ ആസ്തിതന്നെ. ബാധ്യതയാവുന്നത് മ്ലേച്ഛമായ അനുകരണഭ്രമമാകുന്നു. ആയുർവേദശാസ്ത്രത്തെ തരംകിട്ടുമ്പോഴൊക്കെ അവഹേളിക്കുവാൻ തക്കംപാർത്തിരിക്കുന്ന അലോപ്പതിക്കാരുണ്ടല്ലോ. അറിയാത്തത് അറിയില്ല എന്നു പറയുവാനുള്ള ബൗദ്ധികസത്യസന്ധത കൂടിയില്ലാത്തവർ. അവരാണ് ബാധ്യത. ബീഡിയുണ്ടോ എന്നു ചോദിക്കുന്ന ലാഘവത്തോടെ ഈശ്വരനുണ്ടോ എന്നു ചോദിക്കുന്ന ബു.ജികളും ഇന്നത്തെ ബാധ്യതയാണ്.

എന്റെ കഥയില്ലായ്മകളിൽ ഈ ആസ്തി- ബാധ്യതാനിർണയം എവിടെയെവിടെ ആവശ്യമായി വന്നു എന്നത് വിസ്തരിക്കേണ്ടതുണ്ട്. ഇവിടെയല്ല. സന്ദർഭവും ഇതല്ല.

# ഭാഗ്യദേവത

**ഭാ**ഗ്യദേവത ഒരു കഴുതയാകുന്നു. അതെ ശുദ്ധ ഡോങ്കി. ജയരാജന്റെ പൈതൃകം എന്ന സിനിമയിൽ അഭിനയിക്കുവാൻ പാലക്കാട്ടുനിന്ന് വരവേറ്റു. ആവശ്യം കഴിഞ്ഞപ്പോൾ അനാഥയായ ആ സുന്ദരിയെ ഞാൻ കുടിവെച്ചു.

പാട്ട് കഴിഞ്ഞാൽ പ്രാമ്മണിയമ്മ പുല്ലോട്ടീല് എന്നുണ്ട്. അതിരാത്രം – സിനിമയായാലും – കഴിഞ്ഞാൽ കഴുത പാടത്ത് എന്നുണ്ടോ! ഉണ്ടാവും. ഉപയോഗമില്ലാത്ത വസ്തു ദൂരെ കളയുക എന്നാണ് ഇന്നിന്റെ മുദ്ര. യൂസ് ആന്റ് ത്രോ! കഴുതയായാലും അച്ഛനമ്മമാരായാലും വാർദ്ധക്യത്തിൽ അമ്പലനട – അനാഥാലയം. അമ്പലനടയ്ക്കൽ ഉപേക്ഷിക്കപ്പെട്ടാൽ ഭാഗ്യമായി. ദേഹോദ്രം ഉണ്ടാവാനിടയില്ല... ആധുനിക മലയാളിയുടെ വിധിയാണിത്. സമ്മതം തന്നെ. എന്നാലും ആ ഗർദ്ദഭപെണ്ണ് അനാഥയായില്ല. ഒന്നാന്തരം നാഥനുണ്ടായി. ഈ ഞാൻ! മാടമ്പ് കുഞ്ഞുകുട്ടൻ. കുറേ കഴിഞ്ഞ് ഒരു പരിചയക്കാരൻ അയാളുടെ കുതിരച്ചെക്കന്റെ വേളിക്കായി ഈ കഴുതപ്പെണ്ണിനെ കൊണ്ടുപോയി. പിന്നത്തെ കഥ അറിയില്ല. മുട്ടിപ്പുറത്തായിട്ടുണ്ടാവില്ല. കാരണം, മലയാളി കഴുത ഇറച്ചി തിന്നാറില്ല....ത്രെ.

ഭാഗ്യദേവത എന്റെ രണ്ടാമത്തെ ഇഷ്ടതോഴിയായിരുന്നു. ആദ്യം അതേ പേരിൽ ഒരു ഗരുഡൻ. മുഴുത്ത കൃഷ്ണപ്പരുന്ത്! പഹച്ചി എങ്ങനെയോ ചിറകൊടിഞ്ഞ് എന്റെ മുമ്പിൽ വന്നുവീണതാണ്. ഞാൻ പഞ്ചസാര, പാൽ, കൽക്കണ്ടം കൊടുത്തു വളർത്തി. മിടുക്കത്തിയായിരുന്നു. പക്ഷേ, അവൾ പറന്നുപോയിത്തുടങ്ങിയപ്പോഴാണ് ചില്ലറ ബുദ്ധിമുട്ടുണ്ടായത്. ഉയരത്തിൽ പറന്ന് വന്നിരിക്കുന്നത് സഹിക്കാൻ പറ്റില്ല. ശക്തിയായ ഊക്ക് തോളിലും കൈയിലും തോലുറ വേണം. പിന്നെപ്പിന്നെ ഞാനവളുമായി പിണങ്ങി. കുറേക്കാലം ഇല്ലത്ത് നാലുകെട്ടിന്റെ മുകളിൽ പറന്നുനടന്നു. റാകിപ്പറന്നു. (ആ വാക്കാണ് കുറെ കാലം അർത്ഥം മനസ്സിലാവാതെ ചർച്ച ചെയ്യപ്പെട്ടത്. വ്ളാകുക എന്നാവും മൂല.)

കഴുതപ്പെണ്ണ് ഭാഗ്യവതിയായിരുന്നു. സംശയമില്ല. പക്ഷേ അവളുടെ ഗാനമാധുരി അയൽവക്കത്തുള്ളവരെക്കൂടി ഞെട്ടിച്ചു. അസമയത്ത് ആ സുന്ദരി ഏഴരക്കട്ടയിൽ സാധകം തുടങ്ങി നൂറു കട്ടയിലെത്തിക്കും. അയൽവക്കം സംഗീതരസികരല്ലാത്തതുകൊണ്ട് അവർ

കല്ലെറിഞ്ഞും കൂക്കിവിളിച്ചും ഉപദ്രവിച്ചു. എന്റെ ഇല്ലത്തുള്ളവരും അവരുടെ കൂടെ കൂടി. അച്ഛന്റെ അടുത്ത് നാട്ടുകാർ കുറ്റപത്രം സമർപ്പിച്ചു. വിചാരണയൊന്നും കൂടാതെ ഭാഗ്യദേവതയെ ഉപേക്ഷിക്കുവാൻ വിധിയായി! അപ്പോഴാണ് അയൽക്കാരൻ കുതിരച്ചെക്കന് വധുവന്വേഷിച്ചുവന്നത്. ശുഭം.

പ്രാന്ത് പ്രാന്ത്ച്ചാൽ കമ്പും മൊഴേം അല്ല!

വൈദ്യമഠത്തിൽ സ്നേഹപാനം, തലപൊതിച്ചൽ, നസ്യം, വസ്തി – നാട്ടുകാർ എന്തോ കേട്ടുകേൾപ്പിച്ച് ഒരു തീരുമാനത്തിലെത്തി.

എന്താ ചെയ്യാ. അവിടേക്ക് ഇപ്പൊ എന്തിന്റെ കുറവാ! പറഞ്ഞിട്ടെന്താ കാര്യം. മകന് പ്രാന്തായച്ചാ....

ഇല്ലത്ത് ചെറിയ നൊസ്സുള്ളവരും കൂടിയ ഭ്രാന്തുള്ളവരും ഉണ്ടായിരുന്നു. അപ്പൊ, പാരമ്പര്യാവും!

## സാധനാലഹരി

**മു**പ്പത്തിയഞ്ചു കൊല്ലം മുമ്പാണ്. ആ കുപ്രസിദ്ധമായ അടിയന്തരാവസ്ഥയുടെ ആദ്യം. കുഞ്ഞുണ്ണിമാഷൊത്ത് ഞാൻ മൂകാംബികയിൽ പോയി. ഒരു കാരണവും ഉണ്ടായി. അക്കാലത്ത് പുതിയ പഞ്ചതന്ത്രം എന്ന പേരിൽ കുറെ കഥകൾ ഞാനെഴുതി. രാഷ്ട്രീയാക്ഷേപ ഹാസ്യം എന്നു പറയാം. പ്രിയദർശിനിയുടെ പേര് ഓർമ്മിക്കുന്ന ദർശനപ്രിയരാജ്ഞിയുടെ പുത്രന്മാരെ ലോകബോധമുള്ളവരാക്കുക എന്ന മട്ടിൽ പണ്ട് വിഷ്ണുശർമ്മാവ് ചൊല്ലിക്കൊടുത്ത പഞ്ചതന്ത്രത്തിന്റെ രൂപത്തിലാണ് കഥ. ഫലം ഉടനെ കണ്ടു! കാലം അടിയന്തരമാണല്ലോ. ഇത്തിരി പേടിച്ച ഞാൻ സ്ഥലം വിട്ടു. കോഴിക്കോട്ടു ചെന്ന് കുഞ്ഞുണ്ണിമാഷെ കൂട്ടി ഗോകർണം, മൂകാംബിക. അന്നാണ് ആദ്യമായി മൂകാംബികദർശനം സാധിച്ചത്.

വാഗ്ദേവതയുടെ ഇരിപ്പിടമായ സൗപർണികാതീരത്തെപ്പറ്റി കവികളും കലാകാരന്മാരും ധാരാളം എഴുതിയിട്ടുണ്ട്. മഹാദ്ഭുതങ്ങളുടെ കഥകൾ, ജഗദ്ഗുരു ശ്രീശങ്കരാചാര്യർ മുതൽക്ക് അത്യന്താധുനികാധുനിക കവികൾ വരെയുള്ളവരുടെ വർണനകൾ.

അനുഭവം. കഷ്ടിപിഷ്ടി ഒരു വാക്യം എഴുതാറായവരുടെ മോഹങ്ങൾ. അഖണ്ഡപണ്ഡിതരുടെ നിത്യസാധനകൾ. എല്ലാം സൗന്ദര്യലഹരിതന്നെ.

അക്കാലത്തുതന്നെ, ആചാര്യപാദരുടെ ലോകോത്തര സ്തോത്രകാവ്യമായ 'സൗന്ദര്യലഹരി'യിൽ ഞാൻ മുങ്ങിപ്പോയിരുന്നു. അതാവാം മൂകാംബികാപരിസരത്തെത്തും മുമ്പുതന്നെ ആനന്ദലഹരിയിൽ എന്റെ കാലിടറിയിരുന്നു. സൗപർണികാതീരത്തും സരസ്വതീമണ്ഡപത്തിലും കുഞ്ഞുണ്ണിമാഷൊത്ത് രണ്ടുമൂന്നു ദിവസം പ്രദക്ഷിണം വെച്ചുകഴിഞ്ഞു. അവിടെ എന്താണ് എന്നെ ആവേശിച്ചത് എന്ന് രൂപംല്യ. അക്കാലത്ത് ശരീരമനസ്സുകൾ ഇത്ര മുഷിഞ്ഞിട്ടില്ലായിരുന്നു. വിശ്വാസത്തിന്റെ ശുദ്ധി ഞാനനുഭവിച്ചിരുന്നു. തന്ത്രം, കൗളം, ശ്രീചക്രം എന്നിങ്ങനെ കേട്ടിരുന്നു. ഉപാസനയുടെ സമ്പ്രദായം ഒട്ടും അറിയില്ല. എന്നിട്ടും എന്തോ ഒരുന്മാദം ഞാനനുഭവിച്ചു.

മാഷ്ക്ക് നാട്ടിലെത്താൻ തിടുക്കം. എനിക്കു പോകാതിരിക്കാനും തിടുക്കം! മാഷ് തനിയെ രാമകൃഷ്ണാശ്രമത്തിലേക്കു മടങ്ങി. ഞാൻ കുടജാദ്രിയിലേക്കും. അവിടെനിന്ന് ചിത്രമൂലയിലേക്ക്. 12 ദിവസം അവിടെത്തന്നെ. ഞാനെത്തുമ്പോൾ തൃപ്പൂണിത്തുറക്കാരായ രണ്ടു ചെറുപ്പക്കാർ ഗുഹയിലുണ്ട്. ഓയ്ക്കൻ തോട്ടേക്കാട്ടു കൃഷ്ണനും സുഹൃത്ത് വിജയനും. മൂന്നുനാൾ കഴിഞ്ഞ് അവർ മടങ്ങി. ഞാനൊറ്റയ്ക്കായി. ഒരാളും പറഞ്ഞുതരാതെ സൗന്ദര്യലഹരി കുറേശ്ശെയായി നട തുറന്നുതരുന്നു. സന്ധ്യയ്ക്ക് ചിത്രമൂലയിൽ ഇരുന്നാൽ അകലെ മൂകാംബികാക്ഷേത്രം കാണാം. "മുഖം ബിന്ദും കൃത്വാ..." എന്നു തുടങ്ങുന്ന മന്ത്രം ദർശിക്കാനായി എന്നഭിമാനിക്കാം.

രവീന്ദുസ്തനയുഗാം – സൂര്യചന്ദ്രന്മാരാകുന്ന രണ്ടു സ്തനങ്ങൾ ഞാൻ കണ്ടു!! വെളുത്ത വാവു കഴിഞ്ഞ് ചന്ദ്രനസ്തമിക്കുമ്പോൾ സൂര്യൻ ഉദിച്ചുയരുന്നു. സർവജ്ഞപീഠത്തിലിരുന്ന് നോക്കിയാൽ ഏതാണ് സൂര്യൻ ഏതാണ് ചന്ദ്രൻ എന്നറിയാൻ സാധിക്കുകയില്ല. അതൊക്കെ അങ്ങനെ. ചിത്രമൂലയിൽ എന്റെ ഒപ്പം ഒരു ഊക്കൻ ഞണ്ടുണ്ടായിരുന്നു. അത് മലർന്ന് കിടന്ന് സദാ എന്തോ സമാധി സുഖം അനുഭവിക്കുന്നു. പോയ ജന്മം ഋഷിപത്നിയായിരുന്നിരിക്കണം! എന്റെ തൊട്ടടുത്താണ് ആ കുളീരമാതാവിന്റെ ധ്യാനം.

ഒരിക്കലും എന്നെ ഉപദ്രവിച്ചില്ല. ദിവസവും ശ്രീമൂലസ്ഥാനത്തു പോയി ഭട്ടിന്റെ ഗൃഹത്തിൽ നിന്നും ഭക്ഷിച്ച് ഞാനങ്ങനെ നടക്കും. പ്രകൃതി എന്നെ വല്ലാതെ വ്യാമോഹിപ്പിച്ചു എന്നൊന്നും അർഥമില്ല. കാഴ്ച സന്തോഷമായിരുന്നു. അന്ന് ഭാവസമാധിയുടെ അർഥവും വ്യംഗ്യവും അറിയില്ല. കാലം കുറേ കഴിഞ്ഞു. അമൃതസ്യപുത്രഃ സാധനാലഹരി - രണ്ടും താന്ത്രികാനുഭവം.

ഒരു ദിവസം ചിത്രമൂലയിലേക്ക് ഒരാൾ നന്നെ ബുദ്ധിമുട്ടിയെത്തി. അൻപതു വയസ്സു തോന്നിക്കും. തടിച്ച ശരീരം. ഗുഹയിലേക്കു കയറുവാനാവുന്നില്ല. ഞാൻ ഒരുവിധം പിടിച്ചുകയറ്റി. അദ്ദേഹം ചിരിച്ചുകൊണ്ട് എന്റെ പേരന്വേഷിച്ചു. ശങ്കരൻ! എന്റെ സംസ്കാരസിദ്ധമായ പേര്. അദ്ദേഹം കുറച്ചുനേരം എന്നെ നോക്കിയിരുന്നു. കുറേ ശബ്ദമുണ്ടാക്കി. പ്രാണായാമമോ, ഹഠയോഗമോ അറിയില്ല. പോവുകയും ചെയ്തു.

ഏറെക്കാലം കഴിഞ്ഞ് പോത്താങ്കണ്ടത്തെ സ്വാമിജിയെ പരിചയപ്പെട്ടു. സ്വാമി കൃഷ്ണാനന്ദഭാരതി! പഴയ ഓർമ്മ! പക്ഷേ, കാലഗണന ശരിയാവുന്നില്ല. അപ്പോഴേക്കും എന്റെ ശുദ്ധത മുഴുവനും ഉണങ്ങിവരണ്ടിരുന്നു. ഒന്നിലും വിശ്വാസമില്ലാതായിത്തീർന്നിരുന്നു. എങ്കിലും ഒരു ശങ്ക. പോത്താങ്കണ്ടത്തെ കൃഷ്ണാനന്ദഭാരതിയെ ഞാൻ കണ്ടിട്ടുണ്ട്. മുപ്പത്തിയഞ്ചുകൊല്ലം മുമ്പ്!! ശരിയാവണമെന്നില്ല. അനവധിതവണ പയ്യന്നൂരുപോയി. പത്തു ദിവസം മുമ്പുകൂടി. സ്വാമിജി തനി വേദാന്തി! ചിത്രമൂലയിൽ ഞാൻ കണ്ടത് ഒന്നാന്തരം കൗളൻ!!

കുടജാദ്രിയിലെ ഭട്ടര് ഗൃഹത്തിനു മുമ്പിൽ അതിസുന്ദരമായ ഒരു കുളമുണ്ട്! എത്ര കുളിച്ചാലും മതിയാവില്ല. സപ്തശുദ്ധിയുടെ അനുഭവമാണത്. അതുതന്നെയാണ് മൂകാംബിക-കുടജാദ്രി-മൂലസ്ഥാനങ്ങളുടെ പ്രത്യേകത. അനുഭവം. പ്രത്യക്ഷത്തിൽ കുറഞ്ഞ ഒരു പ്രമാണവും ജഗദ്ഗുരുവിനു സമ്മതമാവില്ല.

ഒരിക്കൽ ആ തീർഥത്തിൽ കുളിച്ച് സർവജ്ഞപീഠം കയറിയിറങ്ങുന്ന കോവിലന്റെയും എന്റെയും മുമ്പിൽ ഗിരീഷ് പുത്തഞ്ചേരിയും രഞ്ജിത്തും എത്തിപ്പെട്ടു. അവിടെ വരാതെ പാട്ടെഴുതാനും കവിയാവാനും സംവിധായകനാവാനും സാധ്യമല്ല. ഞങ്ങളും മൂകാംബികാദർശനത്തിനെത്തിയവരാണല്ലോ.

ഈ ശാന്തിക്കാരൻ ഭട്ടിന്റെ ഗൃഹത്തിനു തൊട്ടുമുമ്പേ മറ്റൊരു ശാന്തിക്കാരനുമുണ്ട്. ഭട്ടർ വൈദീകം, അവൈദീകപൂജ ചെയ്യുന്നവരാണ് മറ്റുള്ളവർ. എന്നുവെച്ചാൽ മദ്യമാംസാദി ഭക്ഷിക്കുന്നവർ. അന്ന് എനിക്ക് 'വീരഭദ്ര' സേവയില്ല. ജന്തുക്കളെ തിന്നാറുമില്ല. അതുകൊണ്ട് അവിടെ പോയില്ല. ച്ചാലോ തൊഴുതു. കുറച്ചെന്തോ സംഖ്യ നടയ്ക്കൽ വെച്ചു. അന്നു സന്ധ്യമയങ്ങിക്കഴിഞ്ഞപ്പോൾ ആ അവൈദീക പൂജാരി ചിത്രമൂലയിൽ വന്നു. അരക്കുപ്പി ചാരായമൊക്കെ ആയി. പ്രസാദം. ഞാൻ ഷൾഗവ്യത്തിലായി. ദേവീപ്രസാദമാണ്. 'തുപ്പുവാനരുത്, ഇറക്കുവാൻ പണി' എന്ന ഉള്ളൂർഭാഷയിലായി. ഒടുവിൽ ഉള്ളം കൈയിൽ ഒരു തുള്ളി ഒഴിച്ച് തീർഥം സേവിച്ചു!! ഇന്നാണെങ്കിൽ - അത് ഓർക്കാനേ വയ്യ.

ചിത്രമൂലയിൽ നിന്ന് ഗണപതിഗുഹയ്ക്കടുത്തുപോയി മന്ത്രസ്നാനം ചെയ്തു മടങ്ങുമ്പോൾ സർവജ്ഞപീഠത്തിലിരിക്കുന്ന യുവയോഗിയെ കണ്ടു. എന്തുകൊണ്ടോ ഞാൻ ആ സന്നിധാനത്തിൽ നിന്നു. കൈയിൽ അപ്പോഴുണ്ടായിരുന്ന മൂന്നേമുക്കാലുറുപ്പിക അവിടെ വച്ചു തിരിഞ്ഞു. യോഗി കൈയുംകൊട്ടി വിളിച്ചു. അടുത്തെത്തിയപ്പോൾ ഞാൻ വെച്ച പണം ചൂണ്ടി വെടുവെടുപ്പായി ബ്രിട്ടീഷ് ആക്സന്റോടുകൂടി ചോദിച്ചു:

'ഇതെന്താണ്? എന്തിനിവിടെ വെച്ചു?' ശബ്ദത്തിൽ കൽമഷമില്ല. മുഖം ശാന്തം.

'എനിക്കറിയില്ല. അങ്ങനെ തോന്നി.', ഞാൻ പറഞ്ഞു.

വീണ്ടും അദ്ദേഹമന്വേഷിച്ചു. 'തോന്നിയതൊക്കെ ചെയ്യുമോ?'

'ഉവ്വ്.' ഞാൻ പറഞ്ഞു.

യോഗി ചിരിച്ചു. കൂടുതൽ ഉദാരതയോടെ എന്റെ കൈ പിടിച്ചമർത്തി പറഞ്ഞു:

'സുഹൃത്തേ, ഞാനിന്ന് ഇത്രയും പണം കിട്ടണമെന്നു വിചാരിച്ചു. എന്താണെങ്കിൽ ആഴ്ചയിലൊരിക്കൽ ഞാൻ താഴെപോകും. മൂന്നേമുക്കാൽ രൂപയുടെ ഗോതമ്പുപൊടി മേടിച്ചു കൊണ്ടുവരും. അതു കലക്കി തിളപ്പിച്ചു കുടിക്കും. ഒരാഴ്ച ജീവിക്കാൻ എനിക്കു മൂന്നേമുക്കാൽ ഉറുപ്പിക വേണം, അതാണ് താങ്കൾ ഇപ്പോൾ ഇവിടെ

വെച്ചത്. നോക്കൂ! ഗുരുവിന്റെ അനുഗ്രഹം!!' ആ ചെറുപ്പക്കാരനായ സാധകന്റെ തൊണ്ടയിടറി.

പിന്നീട് നിത്യം ഞങ്ങൾ കാണും. ഒന്നു ചിരിക്കും. കൂടുതലൊന്നും സംസാരിച്ചില്ല. ഒരിക്കൽ പെട്ടെന്നു പറഞ്ഞു, 'ഋഷികേശിലായിരുന്നു ഞാൻ അറിടെ മലയാളിയായ ജ്ഞാനാനന്ദസരസ്വതി എന്നെ സംസ്കൃതം പഠിപ്പിച്ചു. അറിയോ? മഹാപണ്ഡിതൻ!'

'അറിയും പൂർവാശ്രമത്തിൽ പരമേശ്വരനുണ്ണിത്താനായിരുന്ന ജ്ഞാനാനന്ദസരസ്വതി എന്റെ ഇല്ലത്ത് നാലഞ്ചുകൊല്ലം താമസിച്ചിട്ടുണ്ട്. എന്നേയും പഠിപ്പിച്ചിട്ടുണ്ട്.' ഇപ്പോൾ അദ്ദേഹത്തിന്റെ കണ്ണു നിറഞ്ഞിരുന്നു. 'ഒരു കാര്യത്തിന് ഒരു കാരണമുണ്ട്.'

കുടജാദ്രിയിൽ മഴ കോമരം തുള്ളിയിരുന്നു. മൂകാംബികയിൽ എത്തിയപ്പോൾ സൗപർണിക കലങ്ങിനിറഞ്ഞിരുന്നു. അക്കാലം ഇത്രയധികം ലോഡ്ജുകളൊന്നുമില്ല. ഏതെങ്കിലും തന്ത്രിമഠത്തിലോ ഭട്ട്-അഡിഗമഠങ്ങളിലോ അന്നം കഴിച്ചുകൂടാം. ക്ഷേത്രം വക ഊട്ട് നിത്യവും ഇല്ലായിരുന്നു. എന്നാലും നാലഞ്ചുറുപ്യ ഉണ്ടെങ്കിൽ ഒരു ദിവസം കുശാൽ. രാവിലെ നാസ്താ, ഉച്ചയ്ക്ക് ഊണ്. രാത്രിയും ഊണ്. വല്ലപ്പോഴും ഒന്നു മുറുക്കാൻ കിട്ടിയാൽ സമൃദ്ധിയായി. നട തുറക്കുമ്പോൾ മുതൽ അത്താഴപ്പൂജ കഴിഞ്ഞ് കഷായ തീർഥം സേവിക്കുംവരെ ക്ഷേത്രത്തിലും തീർഥങ്ങളിലും വിശേഷിച്ച് ഒന്നും ചെയ്യാനുമില്ല. ഭജനം എന്നുവെച്ചാൽ മതിലകത്ത് ഇരിപ്പ്. അവിടെവെച്ച് മാധവജിയെ കണ്ടു. "എന്താണ് ഞങ്ങളുടെ കൂടെ വരുന്നോ?"

'ഇല്യ.'

പക്ഷേ, ആ വഴിയും സ്വീകരിച്ചു. ആർ.എസ്.എസ്., ബി.ജെ.പി. അല്ല പറയുന്നത്. ദേവ്യുപാസന. കൗളതന്ത്രം. വടകര ഡോക്ടർ എസ്.വിജയൻ എന്ന ധന്യാത്മാവുണ്ടായിരുന്നു. പരാഭട്ടാരക അനംഗാനന്ദ നാഥ പാദതീർഥ എന്ന ദീക്ഷാനാമത്തോടുകൂടിയ ഉയർന്ന സാധകനായ കൗളൻ. ശ്രീഭാസുരാനന്ദനാഥൻ ശ്രീഗുരുവായ ശ്രീവിദ്യാ പദ്ധതിയിലെ പതിനൊന്നാമത് ശ്രീഗുരു. നിത്യസാധകനായ ശ്രീ അനംഗാനന്ദനാഥ പാദതീർഥയുടെ ശിഷ്യനായിരുന്നു എന്റെ ഓപ്പോളുടെ മകനായ ഉണ്ണി (രണ്ടു കൊല്ലംമുമ്പ് ഒരു വാഹനാപകടത്തിൽ

മരിച്ചു) ഉണ്ണി പറഞ്ഞ് ഞാനദ്ദേഹത്തെ കാണാൻ പോയി. താമസിയാതെ ഉപദേശം സ്വീകരിച്ചു. പടിപടിയായി ദീക്ഷിതനാവുകയും ചെയ്തു. ശ്രീഗുരുവിന്റെ സന്നിധിയിൽ വെച്ചാണ് പല ഉത്തമ സാധകരെയും പരിചയപ്പെടുന്നത്.

അതേവരെ പുരുഷന്മാരായ സാധകരെ മാത്രമേ ഞാൻ കണ്ടിരുന്നുള്ളൂ. ഭൈരവിമാരെ കണ്ടിട്ടില്ലായിരുന്നു. ദീക്ഷിതനായാലും ബാഹ്യമായ ഒരു ലക്ഷണവും പ്രത്യക്ഷമല്ല. സംന്യാസത്തിന് കാവിയുണ്ട്. നമുക്ക് വളരെ വേഗം അവരെ കണ്ടു വന്ദിക്കുവാനാവും. ദേവീഭക്തരാവട്ടെ സാധാരണ ഭാവരൂപത്തിൽ ഗൃഹസ്ഥരായി ജീവിക്കുന്നു. വളരെ വളരെ ഉയർന്ന സാധകർമാത്രം ചിലപ്പോൾ തല മുണ്ഡനം ചെയ്തു എന്നുവരാം. അവരിൽ ഭക്ഷണപാനീയങ്ങൾക്ക് ഒരു വിധത്തിലുള്ള വ്യത്യാസവും കാണില്ല. എന്തും, മത്സ്യമാംസമടക്കം ഭക്ഷിക്കും. അഥവാ മകാരപഞ്ചമം ശീലിച്ച ദേവ്യുപാസകർക്ക് എന്താണ് പഥ്യമല്ലാത്തത്? നമ്മുടെ നാട്ടിൽ സംന്യാസി മത്സ്യമാംസാദി ഭക്ഷിക്കാറില്ല. പക്ഷേ, ആ വടക്കൻ തലയ്ക്കൽ അതു നിഷിദ്ധമല്ല. മൂകാംബികയെ ഏതുവിധത്തിലും ആരാധിക്കാം. അമ്മയായും മകളായും കാമുകിയായും. പക്ഷേ, മാധുരീഭാവത്തിനു ശക്തി കൂടുമെങ്കിലും ദേവിയുടെ മാതൃഭാവമാണ് എളുപ്പം. എന്നാൽ ഞാൻ മാധുരീഭാവമാണ് സ്വീകരിച്ചത്. മനസ്സിനിണങ്ങിയ ഏതു രൂപവും ധ്യാനിക്കാം എന്നതാണല്ലോ ഭാരതീയ സാധനാപദ്ധതികളുടെ ഗുണം. മാടൻപോത്തായും സമയമതാലംബയായും ധ്യാനിക്കാം. ശ്രീഗുരുവിൽനിന്ന് ദീക്ഷ സ്വീകരിച്ച് മൂകാംബികയിൽ പോകുമ്പോൾ ക്ഷേത്രവും ദേവീവിഗ്രഹവും ചുറ്റുവട്ടവും ഉജ്ജ്വലമായി തോന്നി. സർവം ചക്രേശ്വരിയുടെ രൂപം. ഓരോ മൺതരിക്കുള്ളിലും ശിവപാർവതീനടനം!

ഈയിടെ വീണ്ടും ദേവീസന്നിധിയിൽ. ഒരു ചണ്ഡികാഹോമത്തിൽ പങ്കുകൊള്ളാൻ. സുരേഷ് മച്ചാടിന്റെ വഴിപാട്. അദ്ദേഹത്തിന്റെ 'മൗനം' എന്ന സിനിമക്ക് ഞാനാണ് കഥ, സംഭാഷണം, തിരക്കഥ. അദ്ഭുതങ്ങളുടെ കാലം കഴിഞ്ഞു എന്നാണ് വിചാരിച്ചത്. എന്നാലോ എന്നും അദ്ഭുതങ്ങളേയുള്ളൂ. മനുഷ്യജീവിതം എന്നും പ്രവചനാതീതമാണല്ലോ. ശ്രീവിദ്യോപാസകന് നേടേണ്ടതായി ഒന്നുമില്ല. എന്നിട്ടും എന്നും എന്തും ലഭിക്കുന്നു. നല്ലതും ചീത്തയുമില്ല. അതൊക്കെ

മനസ്സിന്റെ മറിമായം ഒന്നുമാത്രം. അഹന്തയുടെ ഒരു തരിയെങ്കിലും ബാക്കിയുണ്ടെങ്കിൽ അതും കളഞ്ഞേ അംബ അനുഗ്രഹിക്കൂ. എന്തൊക്കെ ചെയ്യിക്കും എന്നു പറയാനാവില്ല. എല്ലാ വഴിക്കും അതാണ് നിജാവസ്ഥ.

അല്പസ്വല്പം ദുരഭിമാനം എനിക്കുമുണ്ടായിരുന്നു. ഉന്നതമെന്നു കരുതുന്ന കുലത്തിൽ ജനനം. കുറഞ്ഞ കീർത്തി! എന്നാലോ ഇതു രണ്ടും ചക്രേശ്വരി മുരടിൽ വെച്ചു നശിപ്പിച്ചു. അതും അടുത്ത സന്ദർഭ ത്തിൽ. ഇടക്കാലത്ത് നിരീശ്വരവാദിയായി അതും പ്രസംഗിച്ചുനടന്ന ഞാൻ ഒരൊറ്റ ദിവസംകൊണ്ട് വീണ്ടും ചക്രേശ്വരീപൂജയിലേക്കു തിരിഞ്ഞു. അതിന്റെ കാരണങ്ങളൊന്നും ഈ ചെറുകുറിപ്പിൽ വിവ രിക്കാനാവില്ല. ആവശ്യവുമില്ല.

അന്ന് മൂകാംബിക ക്ഷേത്രത്തിലെത്തും മുമ്പ് ബസ്സ്റ്റാന്റ് കഴിഞ്ഞ് ഒരു മുസ്ലിംഖബറുണ്ടായിരുന്നു. ഏതോ ഒരു സൂഫിയെ അടക്കിയ സ്ഥലം എന്നും കേട്ടു. ഒരു ചെറിയ പുര. നടുവിൽ അഞ്ചടി നീളം രണ്ടടി പൊക്കം വീതിയിൽ ഒരു സിമന്റ് തറ. അതാണ് ഖബറിടം. എവിടെയോ തെണ്ടിത്തിരിഞ്ഞ് മഴ നനഞ്ഞ് ഞാനവിടെ കേറിനിന്നതാണ്. വെറുതേ കൗതുകംകൊണ്ട് ഒന്നു നോക്കി. തറയുടെ താഴെ സമാന്തരമായി ഒരു മനുഷ്യൻ!! ആകെ മൂടിപ്പുതച്ച്! മലർന്ന്!! ആരാവും ഒരു ശവശരീരം ഇങ്ങനെ അനാഥ മാക്കിവെച്ചത് എന്നു വിചാരിച്ചു! നോക്കുമ്പോൾ അതുണ്ട് അന ങ്ങുന്നു! മൂകാംബികേ!! മഹാമായേ!! അധികം നിക്കാതെ ഞാൻ റൂമിലേക്കു നടന്നു. അടുത്തുള്ള നന്നേ ചെറിയ മലയാളി ചായ ക്കടയിൽ കയറി. അയാളോട് കണ്ട കാഴ്ചയെപ്പറ്റി പറഞ്ഞു. ചായ ക്കടക്കാരൻ മനോഹരമായി പൊട്ടിച്ചിരിച്ചു. "അതേയ് അതൊരു സംന്യാസ്യാ. എടക്ക് വരും. രണ്ടുമൂന്നു മാസം താമസിക്കും. അധികോം അവിടെ കിടക്കും. രണ്ടുമൂന്നു ദിവസം കൂടുമ്പൊ എഴു ന്നേറ്റ് നടന്ന് തോന്നിയ ഗൃഹത്തിൽ ചെന്നുകേറും. അവിടെനിന്ന് നന്നായി ഭക്ഷണം കഴിക്കും. ചെലപ്പൊ ക്ഷേത്രനടയിൽ ചെന്ന് ഉറക്കെ എന്തോ പറയും. ഒരു പേച്ച്. ഒന്നും തിരിയില്ല. സിദ്ധനാന്നാ കേക്കണേ! ആ പഹേൻ വന്നു കേര്യാ എല്ലാവർക്കും സന്തോഷാ ഐശ്വര്യാത്രെ! ന്റെ ഭാഗ്യദോഷം ഇതേവരെ ന്റെ ചായപ്പീട്യേല് കേറീട്ടില്ല!!

എനിക്കൊന്നും മനസ്സിലായില്ല. അന്ന് ശ്രീഗുരുനാഥനെ കണ്ടിട്ടില്ല. പോത്താങ്കണ്ടത്തെ സാമിയേം കണ്ടിട്ടില്ല. എങ്കിലും ഇത്ര ചീത്തയായിട്ടില്ലാത്ത മനസ്സ് ആ സിദ്ധനെ തൊഴുതു. രണ്ടുനാൾ കഴിഞ്ഞ് അദ്ദേഹം കിഴക്കേനടയിൽ നിന്ന് ഭൂമി കുലുങ്ങുംവിധം സൗന്ദര്യലഹരി ചൊല്ലുന്നതു കേട്ടു. ഞാനടുത്തു ചെന്നു. അദ്ദേഹം തിരിഞ്ഞ് എന്നെ നോക്കി അട്ടഹസിച്ചു. കല്ലെറിഞ്ഞോടിച്ചു!

"തമ്പുരാനേ! അതൊരു സാധന്യാ. ശവസാധന". കാലം കുറേ കഴിഞ്ഞ്, ഏതാണ്ട് മുപ്പതാണ്ടുകഴിഞ്ഞ് കപർദന്യംബ പറഞ്ഞു.

(ഒരു സ്വകാര്യം. കപർദന്യംബ ഗുരുനാഥന്റെ ആദ്യകാല ശിഷ്യയാണ്, ഞാൻ ഏതാണ്ട് അവസാനകാല ശിഷ്യനും).

പിന്നീട് അദ്ദേഹത്തെ ഞാൻ കണ്ടിട്ടില്ല. അപ്പോഴേക്കും ഞാനേറെക്കുറെ മുരടിച്ചിരുന്നു. ചില്ലറ രോഗങ്ങളും വിഭ്രാന്തിയും ചികിത്സയും ഏറെ തോന്നിവാസവും നിമിത്തം ഞാൻ തളർന്നിരുന്നു.

മൂകാംബികപോലൊരു സ്ഥലം എന്റെ അനുഭവത്തിലില്ല. കൈലാസം മാത്രം. ആ പരിസരത്തിലെത്തും മുമ്പുതന്നെ ഏതോ ഊർജം തുള്ളിത്തുളുമ്പുന്നതറിയാം. വെറുതെ ഏതെങ്കിലും തീർഥക്കരയിൽ ഇരുന്നാലും മതി. മതിലകത്ത് ഇരുന്നാൽ ധാരാളം. നേരെ നടയ്ക്കൽ മാത്രം നിക്കരുത്. സാധിക്കില്ല. എന്റെ കാര്യമാണ് പറഞ്ഞത്. പ്രണയത്തെപ്പോലും മസ്തിഷ്കത്തിലുണരുന്ന രാസ-വൈദ്യുതീ പ്രകമ്പനമായി കാണുന്ന ശാസ്ത്രാഭിമാനികളുടെ കാര്യമല്ല. അതിലൂടെയാണ് ഭൂമിയുടെ സാങ്കല്പിക കാന്തികമണ്ഡലം സഞ്ചരിക്കുന്നത് എന്ന് വ്യാഖ്യാനിച്ച് പഠിപ്പിക്കുന്നവരുടെ ഹൃദയവും ബുദ്ധിയും എന്നേക്കാൾ ജഡമായിരിക്കുന്നു. ഗംഗാജലവും സൗപർണികാതീർഥവും വെള്ളം തന്നെ എന്നു പ്രഖ്യാപിക്കുന്നവരുണ്ട്. ചിതയിലെ തീയും ഹോമാഗ്നിയും തീയ് തന്നെ എന്നു പറയുന്ന ബുദ്ധിജീവിഭാവം നമ്മുടെ ഭാവനയെ എത്ര കെടുത്തിക്കളഞ്ഞു എന്ന് നമുക്കറിയാം. അവരൊക്കെ മൂകാംബികയെ ദർശിക്കുന്നത് നന്നാവും.

കഥയെഴുതാൻ മോഹമുള്ള ഒരു കുട്ടി എന്നോടു ചോദിച്ചു: "മൂകാംബികയിൽ പോയി തൊഴുതാൽ കഥയെഴുതാനാവോ?"

"ഉവ്വ്! ഒരു വിദ്യാഭ്യാസവും ഇല്ലാത്ത പത്തിരുപത്തിയെട്ടു വയസ്സുവരെ ഒരക്ഷരമെഴുതാത്ത എനിക്ക് ഇത്രയെങ്കിലും ആവാമെങ്കിൽ

മിടുമിടുക്കിയായ കുട്ടിക്ക് സാധിക്കും. ഒരു സംശോല്യാ! പോകൂ. അമ്മേ! എന്നിൽ കരുണകാണിക്കണം! എന്നു പറയാൻ തുടങ്ങും മുമ്പ് ഓടിവന്നനുഗ്രഹിക്കുന്ന കാരുണ്യമൂർത്തിയാണ് ദേവി. പോകൂ! ജഗദ്ഗുരുവാണ് അരുളിയത്.

ഭവാനി! ത്വം ദാസേ മയി വിതര
ദൃഷ്ടിം സകരുണാം
ഇതി സ്തോതും വാഞ്ഛൻ
കഥയതി ഭവാനി! ത്വമിതി യഃ!
തദൈവ ത്വം തസ്മൈ ദിശസി
നിജസായൂജ്യ പദവീം.
മുകുന്ദ ബ്രഹ്മേന്ദ്രസ്ഫുട മകുട
നീരാജിതപദാം.

(സൗന്ദര്യലഹരി 22)

■

## പത്ത്

# അയിത്തം

**അ**ക്കാലം അയിത്തത്തിന്റെ അലകൾ താണിരുന്നു. തീരെ ഇല്ലാതായി എന്നു പറയാൻ വയ്യ. മാറിനിക്കാനായി ഒച്ചയാട്ടിയിരുന്നില്ല. ചില ദിക്കിൽ, അപൂർവമായി വഴിമാറി പോയിരുന്നു. അയിത്തമാവും എന്നു ഭയന്ന് സ്വയം വളഞ്ഞു പോകുന്നവരേയും കണ്ടിട്ടുണ്ട്. അതിലധികം ഇല്ല. ഉള്ളിൽ ശുദ്ധാശുദ്ധം വിങ്ങുന്നവരുണ്ടായിരുന്നു. കോൺഗ്രസ്സും ചർക്കയും തറവാട്ടിൽ ഇത്തിരി ആധുനിക വിദ്യാഭ്യാസവും ചേർന്നപ്പോൾ ഇല്ലത്ത് അയിത്തം പടിക്കു പുറത്തായി. എന്നാലും പുറത്തു പോയി വന്നാൽ കുളിച്ചിരുന്നു. കൂട്ടുകാരൊത്ത് തെക്കിനിയിൽ ഉണ്ണാനിരിക്കുവാൻ വിരോധമുണ്ടായിരുന്നില്ല. എച്ചില് സ്വയം എടുക്കണം. അത് ഞാനായിട്ടു തുടങ്ങിയതാണ്.

തമ്പ്രാക്കമ്മാർക്ക് എന്തു വേണമെങ്കിലും ആവാം. അടിയങ്ങക്കോ. വാലിയക്കാരാണെങ്കിലും ജാതീം അഭിമാനോംണ്ടാവില്ലെ.

സത്യം! ണ്ടാവും!

ചോവമ്മാരേം മാപ്ലാരേം നാലുകെട്ടിൽ കേറ്റി ചോറുകൊടുക്കാം. കൊടക്കരുത് എന്ന് പറയാൻ ആരാ! അവരടെ ഇല്ലം! സ്വത്തും അവരടെ. അടിയാളരുടെ അന്നോം അവ്ട്ത്തെ! കല്പിച്ചാൽ അനുസരിക്കണം. പക്ഷേ, കീജാതിക്കാരുടെ എച്ചിലെടുക്കണംന്ന് പറഞ്ഞാൽ... അന്നു മുതലാണ് അതിഥികളും അവരവരുടെ എച്ചിലെടുക്കണം എന്നു ഞാൻ തീരുമാനിച്ചത്. ഞാനും എടുക്കും. കൂട്ടുകാരാരുമില്ലെങ്കിൽ ഞാൻ സ്വന്തം എല എടുക്കാറില്ല. ഈയിടെയായി അതും തുടങ്ങി. വയസ്സാവുമ്പൊഴെങ്കിലും ഇത്തിരി നേരെയാവണമല്ലോ.

ഇപ്പോ പണിക്കാരുമില്ല. സത്യം അതാണ്.

പരസ്യമായി അയിത്തം ആചരിക്കാറില്ലെങ്കിലും ഉള്ളിന്റെ ഉള്ളിൽ അയിത്തം സൂക്ഷിച്ചിരുന്നു. അകത്ത് ജാതി ഉണ്ടായിരുന്നു. ഒരുപക്ഷേ,

കർമ്മി നമ്പൂതിരിയെക്കാൾ അധികം മറ്റുള്ളവർക്ക്. ഇന്ന് ജാതി മതത്തിനു വഴിമാറി. മതം അയിത്തം സൂക്ഷിക്കുന്നു. തീണ്ടപ്പാടകലെ മാറ്റി നിർത്തുന്നു. എന്റെ ഇല്ലത്ത് അടുക്കളയിൽ തോന്നുമ്പോൾ വന്ന് ഉണ്ട് എന്റെ കട്ടിലിൽ കിടന്നിരുന്ന ചിലർ ഇപ്പോൾ കണ്ടാൽ ഒഴിഞ്ഞു മാറുന്നു. അവരിൽ അധികം പേരും ഈ അവസ്ഥയറിഞ്ഞ് വേദനിക്കുന്നവരാണ്. സ്വയം ഉൾവലിഞ്ഞവരുമാണ്. സമൂഹത്തെ ഭയന്നാവാം.

ഇത്തരം കഥകൾ ഈ കഥയില്ലായ്മകളിൽ വേണ്ട. അതിന് ഇവിടെ ഇടമില്ല.

അയിത്തമാണ് വിഷയം.

അറുപതുകൊല്ലം മുമ്പ് ഭാരതം സ്വാതന്ത്ര്യത്തിലേക്കുണരുകയായിരുന്നു. ഞാൻ പിച്ചവെച്ചു നടക്കുകയായിരുന്നു. അക്കാലം അയിത്തവും ജാതിയും ഉണ്ടായിരുന്നു. ജാതിധൂർത്തിന് ശമനം വന്നിരുന്നു.

ക്ഷേത്രപ്രവേശം എല്ലാവരും ആഗ്രഹിച്ചിരുന്നു. കടുത്ത യാഥാസ്ഥിതികർ പോലും ഹിന്ദുമതത്തിലെ തൊട്ടുക്കൂടായ്മയും തീണ്ടിക്കൂടായ്മയും തീക്ഷ്ണ ദുരാചാരമാണെന്നു സമ്മതിച്ചിരുന്നു. സ്വകാര്യമായിട്ട്. മറ്റൊരു മുഖ്യകാരണം കൂടിയുണ്ട്. തീണ്ടിക്കൂടായ്മ ഹിന്ദുമതത്തെ ക്ഷീണിപ്പിച്ചിരുന്നത് വ്യക്തമായി മനസ്സിലാക്കിയിരുന്ന ഒരു വിഭാഗം ഉണ്ടായിരുന്നു. കൂട്ടത്തോടെ മതംമാറുവാനുള്ള തയ്യാറെടുപ്പ് ഹിന്ദുക്കളിലെ അവശസമുദായം സ്വാഗതം ചെയ്തിരുന്നു. ശ്രീനാരായണഗുരു ഉണ്ടായിരുന്നില്ലെങ്കിൽ കേരളത്തിൽ ഹിന്ദു ന്യൂനാൽ ന്യൂനപക്ഷമായി മാറുമായിരുന്നു. മഹാനായ അംബേദ്ക്കർ കൂടി അവസാനം രണ്ടു ലക്ഷം അനുയായികളോടു കൂടി ബുദ്ധമതത്തിൽ അഭയം തേടി. ത്രൈവർണ്ണികരുടെ "ഹരിജന" ദ്രോഹം മനുഷ്യരെ മനുഷ്യനിൽ നിന്നകറ്റി. അക്കാലത്താണ് ഞാൻ പതുക്കെ പതുക്കെ പിച്ചവെച്ചു നടക്കാനാരംഭിച്ചത്.

ഒരാളേയും കുറ്റപ്പെടുത്തുന്നില്ല. പക്ഷേ വേദവും വേദാന്തവും പഠിച്ച് മഹാവാക്യങ്ങൾ നിത്യം ഉരുവിടുന്നവരാണ് ഒരു നൂറായിരം ജാതി നിലനിർത്തിയത്. ജാതിശ്രേണിയിൽ ഏറ്റവും മുന്തിയതെന്നു വിശ്വസിച്ചിരുന്ന നമ്പൂതിരിമാരിൽ യാഗാധികാരമുള്ള ആടും ഏടും* ഉള്ള തറവാട്ടിലാണ് ഞാൻ ജനിച്ചത്. അപ്പോൾ ഒച്ചയാട്ടാൻ വിധിക്കപ്പെട്ടവനായിരുന്നു. ഭാഗ്യവശാൽ കാലം കഴിഞ്ഞിരുന്നു.

* യാഗാധികാരവും ഭട്ടവൃത്തിയും

വളരെ കാലം കഴിഞ്ഞ് എന്റെ അടുത്ത കൂട്ടുകാരി ചോദിച്ചു. "അന്ന് കുഞ്ഞുകുട്ടൻ എന്റെ പ്രണയം അറിഞ്ഞിരുന്നു എങ്കിൽ എന്നെ വിവാഹം കഴിക്കുമായിരുന്നുവോ."

................

ഇന്ന് തമ്പ്രാൻ എന്നെ കല്യാണം കഴിയ്ക്കോ!

അന്ന് കുഞ്ഞുകുട്ടനായിരുന്നു! ഇന്ന് അവർ എന്നെ തമ്പുരാനെന്നു വിളിച്ചു!!

തമ്പുരാന്റെ ഭാര്യ മരിച്ചു. കുട്ടികളുടെ കല്യാണവും കഴിഞ്ഞു. എനിയ്ക്ക്... എന്റെ ഹസ്ബന്റ്... അറീല്ലേ...

എനിയ്ക്കറിയാം. പക്ഷേ....

തമ്പുരാൻ വിഷമിയ്ക്കണ്ട! നമുക്ക് ഇങ്ങനെ... ഇങ്ങനെ കഴിയാം.

അന്ന് അറിഞ്ഞില്ല. അറിഞ്ഞാലും കാര്യം ഇല്യ. ഞാൻ ഭീരുവാണ്. ഇന്ന് – ഇന്ന് പേടി! സമുദായത്തിനേം ജാത്യേം ബന്ധുമിത്രാദികളേം അല്ല. സ്വയം പേടിയ്ക്കുന്നു! "അശാന്തസ്യ കുതഃ സുഖം?" എന്നു ഭഗവാൻ അരുളി! പേടിത്തൊണ്ടന് സുഖമെങ്ങ്! എന്നു ഞാൻ മാറ്റി!

## ഓലക്കുട

**എ**നിക്കും ഒരു കുടയുണ്ടായിരുന്നു. സാധാരണ ഓലക്കുട. മുളം കാല്. മുട്ടിനു മുട്ടിന് ഏങ്കോണിച്ച്. കമ്പിനു കമ്പ് കോണു തിരിഞ്ഞ് ആളൊപ്പം നീണ്ട കാല്. ചീന്തി മിനുസമാക്കാത്ത വില്ലുപാത്തി. ഒപ്പിച്ചെടുത്ത കൂടം. പൊളിഞ്ഞു തുടങ്ങിയ ഓല. അതിന്റെ നടുക്ക് കീലു കൊണ്ട് ശങ്കരൻ എന്നെഴുതി. സ്വന്തമായ ഒരേ ഒരു വസ്തു. ആസ്തി! അതു പേരെഴുതി ഉറപ്പിച്ചു. കുറേക്കാലം ഞാനാ "മൂലധനം" സൂക്ഷിച്ചു കൊണ്ടുനടന്നു.

അന്ന് ശീലക്കുട പ്രചാരത്തിലുണ്ടായിരുന്നു. കൊളമ്പുകൊട "പടിയിമ്മേൽ പലകയ്ക്ക"വകാശിയായിരുന്നു. രാജകീയം. ഒരു നാട്ടിൽ ഒന്നോ രണ്ടോ മാന്യന്മാർക്കേ കുളമ്പുകുട ഉണ്ടായിരുന്നുള്ളൂ. നാടൻ ശീലക്കുടകൾ തന്നെ അപൂർവം. ശ്രദ്ധാലുക്കളായ ചിലർ കറപ്പുശീലക്കു മുകളിൽ വെള്ള കൂടി ചേർത്തു തുന്നിയിരുന്നു. ചൂടു കുറയും

എന്ന ശാസ്ത്രം ധരിച്ചിട്ടാണോ എന്നറിയില്ല. മഴ നനഞ്ഞാൽ ഉണങ്ങാൻ "ഒന്നൊന്നര സമയം" വേണം. കാലൻകുടയാണ് മിക്കതും. ലേഡീസ് അംബ്രല്ല വരുന്നേയുള്ളൂ. പിന്നെ മടക്കുന്ന മുട്ടുകുടയും "ഏറ്റവും ചെറിയ വലിയ കുടയും" വന്നു. സൗകര്യാർത്ഥം മുഷ്ടിനിന്ന് ഒതുങ്ങുന്ന കുടകൾ എത്തി.

പക്ഷേ, അക്കാലം ശീലക്കുട പരക്കെയില്ലായിരുന്നു. ഓലക്കുടകൾ പലവിധമുണ്ടുതാനും. ഓരോ ഗ്രാമത്തിനും - പെരുവനം ശുകപുരം എരിങ്ങാലക്കുട - വേറെ വേറെ തനതു കുടകൾ! പുരുഷനും സ്ത്രീക്കും വേറെ. പണിയാളർക്കും ജന്മിയ്ക്കും തനത് രൂപത്തിൽ. എന്റെ ഇല്ലത്ത് ഒരു പുരാതന കുടയുണ്ടായിരുന്നു. ചെമാതിരിപ്പാടിന്റെ കുട. ചെമാരിപ്പാട് അച്ഛന്റെ മുത്തശ്ശനായിരുന്നു. ആകാശം മറയ്ക്കുന്ന ഒറ്റമുറി മാടപ്പുരയോളം പോന്ന കുടയായിരുന്നു. പാടത്ത് കാവലിന്നു കെട്ടിയ കാവൽമാടത്തോളം വലുപ്പം. ഒശത്തി ഓടക്കാല്. ആയിരം അലക്. അലകുറപ്പിക്കുന്ന വട്ടക്കണ്ണാടി. കാലിൽ ചെമ്പുകൊണ്ടുണ്ടാക്കിയ നാല് ആണിയലക്. മീതെക്കുമീതെ ചിറ്റ്. അതാണ് അടിസ്ഥാനം. അത് പുറത്തളത്തിൽ കൂടത്തിൽ നിന്നുണ്ടാക്കിയ "കുടതാങ്ങി"യിൽ (ഹാങ്ങറിൽ/പെഗ്ഗിൽ) നിക്ഷേപിച്ചിരുന്നു. ചരിത്രവസ്തു പിന്നെപ്പോഴോ കേടു വന്നു. ഞങ്ങൾ തല്ലിപ്പൊളിച്ചതാവാം. തറവാട്ടു പഴമ അറിയാത്ത ദോഷം. എന്റെ മുത്തശ്ശൻ അടിരിപ്പാടിന്റെ കുട ഞാൻ കണ്ടിട്ടില്ല.

ചിലപ്പോഴൊക്കെ അമ്മമാർക്ക് തുണ പോകേണ്ടി വന്നിട്ടുണ്ട്. അവരുടെ ഇല്ലങ്ങളിലേക്ക്, പട്ടാമ്പി തിരുന്നാവായ യാത്രകളിൽ. മുളങ്കുന്നത്തുകാവു വരെ നടന്ന് തീവണ്ടിയിൽ. നന്നെ ഉത്സാഹമായിരുന്നു! തീവണ്ടിയിൽ സഞ്ചരിയ്ക്കാം. ഭാരതപ്പുഴയിൽ കളിച്ചു തിമർക്കാം. പക്ഷേ, ഓലക്കുടയാണ് പ്രശ്നം. അമ്മമാർ - എല്ലാവരും അമ്മമാരായിരുന്നു. ചേലപ്പുതപ്പും കുടയുമായി നടക്കും. തീവണ്ടിയിൽ ഓലക്കുട ചെറിയ പ്രശ്നമേ ഉണ്ടാക്കിയുള്ളൂ. ബസ്സിൽ - ശിവ ശിവ!! നാട്ടുകാരുടെ മുഴുവൻ ശകാരം കേക്കണം. ആദ്യം അമ്മമാർ കയറും. പുറത്തുനിന്ന് കുടയുടെ കാല് അകത്തേക്കു നീട്ടും. സീറ്റിലിരിക്കുന്ന അമ്മമാർ അതു പിടിക്കും. ഇറങ്ങേണ്ട ദിക്കിലെത്തിയാൽ അമ്മമാർ കുടക്കാലു വിടും. ഓലക്കുട റോഡുവക്കിൽ മലച്ചു വീഴും. ഇറങ്ങി വരുന്നതുവരെ മുത്തശ്ശിമാർക്ക് കുടയില്ല. ചേലപ്പുതപ്പു മാത്രം. ആൾക്കൂട്ടത്തിൽ നഗ്നയാക്കപ്പെട്ട പോലെ അവർ ചൂളിപ്പിടിച്ച് നിക്കും.

ഓടിപ്പോയി കുടയെടുത്തു കൊടുക്കുമ്പോൾ അവരുടെ കുമ്പിട്ട ഉടൽ ഇത്തിരി നിവരും.

ഇന്ന് ആ അമ്മമാരുടെ മക്കളും മക്കളുടെ മക്കളും ബിലാത്തിയിലും അന്യവൻകരകളിലും മോഡേൺ സയൻസിൽ ഗവേഷണം നടത്തുന്നു! സായിപ്പിന്റെ നാട്ടിൽ അവരേക്കാൾ നന്നായി ശാസ്ത്രം പഠിപ്പിക്കുന്നു! നന്നെ ചെറിയ വസ്ത്രം കൊണ്ട് പാപ്പ വെച്ചുടുത്ത് നഗ്നത മറച്ചു എന്നു വിശ്വസിച്ച് മേലടുക്കളയിലും ശ്രീലകത്തും ജീവിതം നിവേദിച്ച മുത്തശ്ശിമാരുടെ കഥ കേട്ട് ആധുനിക യൗവ്വനം വയറു കൊളുത്തുമാറ് ചിരിച്ചാർക്കുന്നു!

അയിത്തവും അതിന്റെ നൂറായിരം ചീത്തത്തങ്ങളും അസ്തമിച്ചു. ഈ കുറിപ്പുകൾ എഴുതുന്ന ഞാൻ അതൊക്കെ പൂർവജന്മകഥയെന്നോണം ഏതോ അസ്പഷ്ടതകളായി മാത്രം കാണുന്നു. കാലം മുന്നോട്ടു മാത്രം പോകുന്നു.

## പതിനൊന്ന്

# നഗ്നത

**നാ**ട്ടിൽ മാറു മറയ്ക്കാത്ത അമ്മമാരായിരുന്നു അധികം. ആണിനും പെണ്ണിനും വേറെ വേറെ കടവുണ്ടായിരുന്നു. കടവു തിരിക്കുന്ന കൂപ്പും. എന്നാലും കുട്ടികൾക്ക് ഏതു കടവിലും നീന്തിക്കളിക്കാമായിരുന്നു. അമ്പലക്കുളവും ഇല്ലത്തെ കുളവും വ്യത്യാസമില്ല. ഒരു വ്യത്യാസം ഇല്ലത്തെ കുളത്തിൽ അന്നത്തെ അയിത്തജാതിക്കു പ്രവേശനമില്ല. നമ്പൂതിരി-നായർ മാത്രം. ഞങ്ങൾക്ക് പുഴയില്ലായിരുന്നു. എന്നാലും കുളക്കടവ് വിശാലമായിരുന്നു. വലിയ സ്വകാര്യതയൊന്നുമില്ലായിരുന്നു. നമ്പൂതിരിമാരുടെ കടവിലും ആത്തേമ്മാരുടെ കടവിലും നീന്തി ബഹളം വെയ്ക്കാറില്ല. അവർ കടവിലേക്കു വരുന്ന സമയത്തിന് കൃത്യതയുണ്ടായിരുന്നു. പേടിയ്ക്കണ്ട. നമ്പൂരാര് വരും മുമ്പെ കടവ് ശുദ്ധമാക്കും. ഈ വിശാലമായ ജലക്രീഡ കാരണം സ്ത്രീ ശരീരത്തിനോട് ഒരു ആർത്തിയും തോന്നിയിരുന്നില്ല. നഗ്നത "കട്ടു നോക്കേണ്ടി" വന്നിട്ടുമില്ല. സ്വാഭാവികമായ കാഴ്ച! സ്ത്രീശരീരം ഒരിയ്ക്കലും പ്രലോഭനീയമായി തോന്നിയുമില്ല.

അത് അന്ന്. മൈഥുനവാഞ്ഛ എന്നു പറയുന്ന രതിമോഹം ഉണർന്നിരുന്നില്ല. കുറേക്കൂടി കഴിഞ്ഞാണ് പെണ്ണുടൽ മോഹിപ്പിച്ചു തുടങ്ങിയത്. പിന്നെ അധികം കഴിയും മുമ്പ് വേളിയും കഴിഞ്ഞു. അതിനു മുമ്പ് പ്രേമിച്ചിട്ടില്ല എന്നു പറയുന്നില്ല. അതു പ്രണയമായിരുന്നുവോ അതോ ഒരു - രു - രു ഞരമ്പുണർച്ചയായിരുന്നുവോ എന്ന് തിരിച്ചറിയില്ല. തീർച്ചയായും അന്യോന്യം അനുരാഗത്തിൽ പെട്ട് നട്ടം തിരിഞ്ഞത് ഏറെ പ്രായമായതിനു ശേഷമാണ്. രണ്ടുപേർക്കും നന്നായറിയാം. വിവാഹത്തിൽ എത്താവുന്ന ഒരു സാഹചര്യവുമില്ല. മോഹവുമില്ല. എന്നിട്ടും ഏതോ പൂർവജന്മബന്ധം പെട്ടെന്ന് കൺമിഴിച്ച പോലെ ഞങ്ങൾ അന്യോന്യം ആകർഷിക്കപ്പെട്ടു. ആദ്യ കാഴ്ചയിൽതന്നെ!

ചിലതൊക്കെ സ്വകാര്യമാണ്. സ്വന്തം. രഹസ്യമല്ല. രഹസ്യം ലജ്ജാകരമാണ്. മറ്റൊരാൾ അറിയുന്നത് നാണക്കേടാണ്. ചിലപ്പോഴെങ്കിലും

അപകടവും. സ്വകാര്യം ലജ്ജയ്ക്കു കാരണമല്ല. അപകടകാരണവുമല്ല. മറ്റൊരാൾ അറിഞ്ഞിട്ട് ഒരു കാര്യവുമില്ലാത്തവയാണ്. അതുകൊണ്ട് മൗനമാണ് ഉത്തമം.

യൗവ്വനാരംഭത്തിലും ചെറുപ്പത്തിന്റെ പുളപ്പിലും ഇണചേരാനുള്ള ആർത്തി ഉണ്ടായിരുന്നില്ല, എന്നിട്ടും വേലിയ്ക്കപ്പുറത്തേയ്ക്കു ചാടി. ഒരു സാഹസ കാര്യത്തിന്റെ ധാർഷ്ട്യം! യഥാർത്ഥത്തിൽ മധ്യവയസ്സിലാണ് കാമം പൂത്തുലഞ്ഞത്! കാലം തെറ്റിയ വസന്തം!! യൗവ്വനാരംഭത്തിൽ സംന്യാസത്തിലായിരുന്നു കമ്പം. വാനപ്രസ്ഥം ആവശ്യപ്പെടുന്ന പ്രായത്തിൽ പ്രണയചപലനായി. ആകപ്പാടെ തകിടം മറിഞ്ഞ ജാതകം! വാർദ്ധക്യത്തിന്റെ വാതിൽപ്പടിയിലെത്തി നിൽക്കുമ്പോൾ എനി എന്താവോ?

സൗഹൃദങ്ങൾ ഒരിയ്ക്കലും അതിർത്തി ലംഘിച്ചിരുന്നില്ല. ഭാഗ്യം തന്നെ. ഭാഗ്യം എന്നു പറഞ്ഞപ്പോൾ തോന്നി. ഈയിടെ, എന്നു പറഞ്ഞാൽ ഷഷ്ടിപൂർത്തിയ്ക്കുശേഷം ഒരു യുവതി – നന്നെ ചെറുപ്പമല്ല, പ്രൗഢ എന്നും വിശേഷിപ്പിക്കാം – എന്നിൽ വല്ലാതെ ഭ്രമിച്ചു വശായി. വിവാഹം വേണ്ടെങ്കിൽ വേണ്ട, ഒപ്പം താമസിക്കാം; എനിയ്ക്കുള്ള ഇത്തിരി സ്വത്ത് അങ്ങോട്ടു തരാം; എന്നൊക്കെ പറഞ്ഞ് വലിയ അടുപ്പമായി. ഞാൻ ആദ്യം ഒരു മൂന്നു മാസത്തെ ഇട ചോദിച്ചു. ആലോചിയ്ക്കട്ടെ. അതിനിടയിൽ നിങ്ങൾ എന്നെപ്പറ്റി ചോദിച്ചറിയൂ, എന്നൊക്കെ പറഞ്ഞ് ഞാൻ പരുങ്ങി നിന്നു. മൂന്നു മാസം കഴിഞ്ഞ് അവർ ഓടി വന്നു. മാഷെ! അതു ശരിയാവില്ല. ഞാൻ മാഷെയല്ല മോഹിച്ചത്! മാഷടെ... അതെ... അതെ... മാഷടെ സ്ത്രീ കഥാപാത്രങ്ങളെയാണ്!!

ഈശ്വരാ! അവർക്കു ബുദ്ധിയുണ്ട്. എന്നെയാണ് മോഹിച്ചിരുന്നത് എങ്കിൽ.... എങ്കിൽ നാടൻ ഭാഷയിൽ "കട്ടപ്പൊഹ!" ആയേനെ.

എന്നാലും എനിക്കു സന്തോഷമായി. എന്റെ കഥ വായിച്ച് ഒരാളെങ്കിലും ഭ്രമിച്ച് വശായീലോ! അതും സുന്ദരിയായ ഒരു പ്രൗഢ! ജീവിതം സഫലമായി എന്ന് വിശ്വസിക്കാം.

## മായക്കാഴ്ചകൾ

**സം**ഭവം നടന്നതാണ്. പട്ടാപ്പകൽ. നടന്നതെന്താണെന്ന് എനിക്കറിയാം. പക്ഷേ, വിശ്വസിക്കുവാനാവുന്നില്ല. പതിനാറു കൊല്ലം മുമ്പ്.

എന്റെ ഭാര്യ മരിച്ച് പിണ്ഡാദികർമ്മങ്ങളൊക്കെ ചടങ്ങനുസരിച്ച് ഭംഗിയായി ചെയ്ത ശേഷം ഞാനൊരു യാത്ര പുറപ്പെട്ടു. നേരെ മൂകാംബികയ്ക്ക്. അവിടെ ചെറിയ പരിചയമുള്ള ഒരു ലോഡ്ജിൽ താമസമാക്കി. ക്ഷേത്രത്തിലും സൗപർണ്ണികയിലുമായി നേരം കളഞ്ഞു. തിരക്ക് തീരെ കുറഞ്ഞ കാലമായിരുന്നു. നട്ടുച്ചകൾ സ്വച്ഛം. സ്ഫടികം. ചെന്ന് രണ്ടു നാൾ കഴിഞ്ഞിരിക്കും. ഉച്ചഭക്ഷണം കഴിഞ്ഞ് ഒന്നു മയങ്ങി. ഏതാണ്ട് രണ്ടു മണി ആയിരിക്കും. ഒരു ചെറുപ്പക്കാരൻ ഒരു ഗ്ലാസ് ചായയും രണ്ട് ചെറുപഴവും ആവി പറക്കുന്ന തൊട്ടാൽ പൊള്ളുന്ന പരിപ്പടയുമായി വന്നു. ചായ പലഹാരം മേശപ്പുറത്തു വെച്ചു. ഞാൻ ചോദ്യഭാവത്തിൽ നോക്കി.

ഇത് ഈ റൂമിൽ കൊടുക്കാൻ പറഞ്ഞു. ദാ ബാക്കി പൈസ.

കുറച്ചു കാശും മേശപ്പുറത്തു വെച്ചു. അയാൾ തിരിഞ്ഞു നടക്കുമ്പോൾ ഞാൻ വിളിച്ചു.

ഏയ്, നിക്കൂ. ഞാൻ ചായ വേണംന്ന് പറഞ്ഞിട്ടില്ല. കാശും തന്നിട്ടില്ല. നിങ്ങൾക്കു റൂം തെറ്റിയതാവും.

പരിപ്പുവടയുടെ പ്രലോഭിപ്പിക്കുന്ന മണം എന്റെ വായയിൽ കപ്പലോടിക്കാറാക്കിയെങ്കിലും.

നോക്കൂ, ഇത് എനിയ്ക്കല്ല, അടുത്ത റൂമിലെ ആരെങ്കിലും പറഞ്ഞതാവും.

അയാൾ അവിടെത്തന്നെ നിന്നു. പതുക്കെ പറഞ്ഞു. അല്ല സാർ. സാറിന് കൊണ്ടുതരാനാണ് അവര് പറഞ്ഞത്. റൂം തെറ്റിയിട്ടില്ല.

ആര്.

സാറിന്റെ ഭാര്യ!

ഈശ്വരാ, എന്റെ ഭാര്യ മരിച്ചിട്ട് കൃത്യം 15 ദിവസം കഴിഞ്ഞു. പിണ്ഡം കഴിഞ്ഞ് പന്ത്രണ്ടാം ദിവസം ദീക്ഷ വീടി ഞാൻ നേരെ ഇങ്ങോട്ടു പോന്നതാണ്. എന്നിട്ട്- എന്റെ ഭാര്യ... ഭാര്യോ.... അവർ-

സാർ ദാ, ഇപ്പൊ എന്തൊ അത്യാവശ്യംണ്ട്ന്ന് പറഞ്ഞ് അവർ റോട്ടിലേക്കെറങ്ങീതേള്ളൂ. ദാ പോണൂ. വിളിയ്ക്കണോ.

ഞാൻ വാതിൽക്കൽ വന്നു നോക്കി. സെറ്റുമുണ്ടുടുത്ത് - കണ്ണട വെച്ച്.

അവർ ഒന്നു തിരിഞ്ഞു നോക്കി.

സാവിത്രി!!

അതെ. അത് സാവിത്രിയായിരുന്നു. അല്ല സാവിത്രി മരിച്ചിട്ട് 16 ദിവസമായിരുന്നു. അപ്പൊ... ഞാൻ കണ്ടത്? അത് മനസ്സിന്റെ മായാ ജാലം. കൺകെട്ടുന്ന പീലിയുഴിച്ചിൽ.

ഞാനൊട്ടും അന്ധവിശ്വാസിയല്ല; വിശ്വാസം ഒക്കെ അന്ധമാണെ ങ്കിലും. സാധാരണ നമ്മൾ പറയുന്ന ഭൂത-പ്രേത-കുട്ടിച്ചാത്ത വിശ്വാസം ഒട്ടും ഇല്ല. പക്ഷേ, യുക്തിവാദിയുമല്ല. ഈശ്വരനുണ്ടെന്നു വിശ്വസിക്കാം. ഏതായാലും ഞാൻ കണ്ടത് സത്യമാണ്. പരിപ്പുവ ടയും പഴവും സത്യമാകുന്നു. ആ സ്ത്രീ! ഒരാളെപ്പോലെ ആറാള് ഉണ്ടാവുമത്രെ! അപരൻ!! എന്റെ ഇഷ്ടാനിഷ്ടങ്ങൾ അറിയുന്ന ഒരു അപര! എനിയ്ക്കു ചൂട് പരിപ്പുവടയും ചെറുപഴവും ഇഷ്ടമാണെന്നു മനസ്സിലാക്കി എന്റെ മുറിയിലെത്തിച്ച ആ സ്ത്രീ ആരാവും!

പതിനാറു കൊല്ലം കഴിഞ്ഞു. ഇപ്പഴും ഉത്തരമില്ല. ഉത്തരമില്ലാത്ത ചോദ്യങ്ങളുണ്ട്. എന്നു പറഞ്ഞാൽ എനിക്കറിയാത്തവ. എന്താ ണെന്നും എങ്ങിനെയെന്നും പറയാനാവാത്ത അനുഭവങ്ങളുമുണ്ട്. എന്റെ യുക്തിവിചാരശക്തിയും താർക്കിക ബുദ്ധിയും തോറ്റ് തുന്നം പാടുന്ന സംഭവങ്ങൾ.

അന്ന് ഞരമ്പിൽ ലഹരി വേലിയേറ്റം കൊണ്ടിരുന്നു. മസ്തിഷ്കം പൂത്തുലഞ്ഞിരുന്നു. എങ്ങിനേയോ ഞാൻ താമസിക്കുന്ന മുറിയിൽ എത്തിചെന്ന പാടെ നിലത്ത് ചത്ത പോലെ മലച്ച് കാട്ടി കിടന്നു. ഒന്നു മയങ്ങി. കഠിനമായി തല വേദനിച്ചാണ് ഉണർന്നത്. കൊമ്പ് കുത്തി പിടയുന്നു. മൂർദ്ധാവു പിളരുന്നു. പെട്ടെന്ന് ഒരു ശീതള സ്പർശം. നറുനെയ്യിൽ മുക്കിയ തുണി നെറ്റിയിൽ ഇട്ടിരിയ്ക്കുന്നു. യഷ്ടി ക്ഷീരബലയുടെ ഗന്ധം. ഞാൻ പതിവുള്ളതാണ്. സാവിത്രി എന്റെ നെറ്റി തലോടുന്നു.

സാവിത്രീ! നീ മരിച്ചില്ലേ. ഇല്ലത്ത് തെക്കെ പറമ്പിൽ സംസ്കരി ച്ചില്ലെ. പിണ്ഡവും കഴിഞ്ഞു. രണ്ടു കൊല്ലമായി.

ഉവ്വ്!

പിന്നെ?

സഹിയ്ക്കവയ്യാത്ത തലവേദന വന്ന് പിടയുമ്പോൾ എന്നെ വിചാ രിച്ചില്ല്യെ, ഞാൻ വന്നു.

ഇന്നും ഓർമ്മയുണ്ട്. ഹല്ലൂസിനേഷൻ. നെറ്റിയിൽ നെയ്ശീല ഞാൻ തന്നെ അബോധാവസ്ഥയിൽ ഇട്ടതാവാം.

സൈക്യാട്രിസ്റ്റ് ശാസ്ത്രം പറഞ്ഞു. സാരംല്യ! ചികിത്സിയ്ക്കൊന്നും വേണ്ട. മരണാനന്തര ജീവിതത്തെക്കുറിച്ച് കുറെ വായിച്ചിരുന്നു.

എല്ലാവരും പണ്ഡിതർ. വിശ്വസിക്കാതിരിക്കാൻ ഒരു മാർഗ്ഗവുമില്ല. സാവിത്രീദേ- ഞാനൊരു പുസ്തകവും എഴുതി. എങ്കിലും പ്രേതസങ്കല്പം ഉൾക്കൊള്ളുവാനാവില്ല. പിന്നെ? പിന്നെ മനസ്സിന്റെ മായാജാലങ്ങൾ. ഈ ജീവിതംതന്നെ ഒരു ഭ്രമമാണെന്ന് പറയുന്നു.

## ലഹരി

**എ**ന്നുവെച്ചാൽ മദ്യത്തിന്റെ ലഹരി!! ജീവിതം തന്നെ മഹാലഹരിയായിരിക്കുമ്പോൾ മറ്റൊരു ലഹരി കൂടി വേണോ. വേണ്ട എന്നാണ് ശരിയുത്തരം. കുടിച്ചു കൂത്താടാതെ തന്നെ കുണ്ഡലം മറയാം. വിശ്വപ്രകൃതിയുടെ നടനവൈഭവം കാണാൻ സാധിച്ചാൽ മറ്റൊന്നു വേണ്ട. ശാക്തേയ സമ്പ്രദായത്തിൽ മദ്യം കാരണദ്രവ്യമാകുന്നു. വിശേഷാർഘ്യവുമാകുന്നു. മഹാകാരണാമൃതം എന്നും പേരുണ്ട്. ഇതൊക്കെ ധരിച്ച് കൗളകമാർഗ്ഗത്തിൽ സഞ്ചരിച്ചാണ് മദ്യം സേവിക്കുവാനാരംഭിച്ചത് എന്നു കരുതരുത്. കള്ള് വെറുതെയങ്ങട് കുടിച്ചു. അത്രതന്നെ.

കള്ള് കുടിച്ച് ഉണ്ടാക്കിയ പുകിലുകൾക്ക് ഒരവസാനവുമില്ല. ആരോഗ്യക്ഷയം, ധനക്ഷയം, ബുദ്ധിക്ഷയം - എല്ലാ ക്ഷയവും സംഭവിച്ചു. വേണ്ടപ്പെട്ടവരെയൊക്കെ വെറുപ്പിച്ചു. എന്നിട്ടും, അരുതാത്തതാണെന്നു തോന്നിയില്ല. ഇന്നും തോന്നിയിട്ടില്ല - എന്നുവെച്ച് സ്ഥിരം മദ്യപാനിയല്ല. ഒരു എം.എൽ.എ. മദ്യം ലേശം ആവാം. എന്നാണ് കുടിയന്മാരുടെ നിഘണ്ടു. ഇത് കോടതി അലക്ഷ്യമൊന്നുമാവില്ലല്ലോ. ലൈംഗിക തൊഴിലാളികളുടെ ആത്മകഥകൾ നന്നായി വിറ്റു പോകുന്നുണ്ട്-ത്രെ! വായിക്കുവാൻ സുഖവുമുണ്ട്. സത്യം. ഒരിയ്ക്കെ വായിക്കാം. തസ്കരന്റെ കഥകളും "ആമേനും" ഒക്കെ വായിയ്ക്കാം. കുടിയന്മാരുടെ കഥയും വായിക്കണം. എന്നുവെച്ച് എല്ലാ തോന്നിവാസവും ഏഴുതണമെന്നില്ല. എഴുതാം, അരുതായ്കയില്ല. മാടമ്പു കുഞ്ഞുകുട്ടൻ തന്നെ എഴുതണമെന്ന് വിധിയില്ല. ഒരാൾക്കും ഒരിയ്ക്കലും ഉപകാരമില്ലാത്ത ഒരു ധൂർത്തജീവിതം എഴുതി ഫലിപ്പിയ്ക്കണമെന്നില്ല. ഈ വഴി സ്വീകരിയ്ക്കരുത് എന്നു മനസ്സിലാക്കാൻ പറ്റിയേക്കും. മയക്കുമരുന്നിനു അടിമയായവരുടെ ആത്മകഥാകുറിപ്പുകളുണ്ടല്ലോ. മസ്തിഷ്ക കോശത്തിലെ ഏതേത് ചെറുബിന്ദുക്കളാണ് ലഹരിയിലേയ്ക്കാകർഷിക്കുന്നത് എന്ന് ശാസ്ത്രം

കണ്ടെത്തിയിരിക്കുന്നു. രോഗം. രോഗത്തിന് ചികിത്സയാണു വേണ്ടത്. ഭാഗ്യം! ചികിത്സ വേണ്ടവിധം ഞാൻ രോഗിയായിട്ടില്ല.

ബോധമില്ലാത്തതുകൊണ്ട് രക്ഷപ്പെട്ട ഒരേ ഒരു സന്ദർഭവും ഉണ്ട്. മുപ്പതു കൊല്ലം മുമ്പാണ്. ഇന്തോ-ടിബറ്റൻ അതിർത്തി H.H. ദലൈ ലാമയുടെ ആസ്ഥാനമായ ധരംശാലയാണ് സ്ഥലം. അഭയാർത്ഥി ഭരണത്തിന്റെ ആസ്ഥാനം. ദൈവ-രാജാവിനെ സന്ദർശിക്കുവാൻ എത്തിയതായിരുന്നു. God King അക്കാലം ധരംശാലയിലുണ്ട്. കുറെ ക്ലേശിച്ചാണെങ്കിലും ആ പുണ്യ ശ്രീമാനെ കണ്ടു. അദ്ദേഹത്തിന്റെ ഉദ്യോഗസ്ഥർ സമ്മതം തന്ന ഒരു Lodgeൽ മുറിയെടുത്തു. H.H. ദലൈ ലാമയുടെ ഉദ്യോഗസ്ഥർ പ്രത്യേകം പറഞ്ഞിരുന്നു. സെക്യൂരിറ്റി പ്രോബ്ലം. വേറൊരിടത്തും താമസിക്കരുത്. ഇല്ല. പേടിഭയം!! എന്നിട്ടും സന്ധ്യയ്ക്ക് ഞാൻ നടക്കാനിറങ്ങി. നടന്നു നടന്ന് എവിടെയൊക്കേയോ എത്തി. ഒരിടത്തു ചാംഗ് - നാടൻ മദ്യം - പള്ള നിറച്ചു. പുളിയ്ക്കാത്ത കള്ളുപോലെ, പുളിപ്പിച്ച ബാർളിയാണെന്നു തോന്നുന്നു. പിന്നേയും നടന്നു. ഒരു യുവതി അടുത്തു വന്നു. ഒരു ടിക്കറ്റ് തന്നു. 2 രൂപയും ആവശ്യപ്പെട്ടു. എല്ലാം കഥകളി സമ്പ്രദായം. രണ്ടു രൂപയല്ലെ. ടിക്കറ്റും പോക്കറ്റിലിട്ടു നടന്നു. ഇത്തിരി നടന്നപ്പോൾ ഒരു ചെറിയ കെട്ടിടം. നന്നെ ഇടുങ്ങിയ വാതിൽ. അതിനു മുമ്പിൽ ഒരാൾ. ഭാഷ അറിയില്ലല്ലോ. ടിക്കറ്റ് കാണിച്ചു. അയാൾ അകത്തേക്കു പ്രവേശനം നൽകി. നീണ്ട ഇടനാഴിയുടെ അവസാനം. ഒരു ബാർ. റം. ബ്രാണ്ടി. വിസ്കി. അതുതന്നെയായിരുന്നു ആ സത്യം. രണ്ടെണ്ണം അടിച്ചു. ഒരു പൈന്റും മേടിച്ച് വീണ്ടും നടന്നു. വീണ്ടും ഒരു കെട്ടിടം. ഇടനാഴി. നടന്നു നടന്ന് അടച്ചിട്ട വാതിലിന്നടുത്തെത്തി. ഒന്നു തള്ളി. വാതിൽ തുറന്നു. ഏതാണ്ട് 20 പേർ നാലഞ്ചു പെണ്ണുങ്ങളും ചതുരത്തിൽ ഇരിയ്ക്കുന്നു. ഞാനും ഒരിടത്തിരുന്നു. അരണ്ട വെളിച്ചം മാത്രം. എന്തോ ചില ആജ്ഞകൾ. പെട്ടെന്ന് വെടിപൊട്ടും പോലെ ഒരു കല്പന. നൂറു വോൾട്ടിന്റെ ബൾബുകൾ ഒന്നിച്ചു പ്രകാശിച്ചു. നാല് യുവാക്കൾ ചാടി എഴുന്നേറ്റു. എന്റെ ചുറ്റും നിന്നു. എന്തൊക്കെയോ പറഞ്ഞു. ബലമായി പിടിച്ച് ഉന്തിക്കൊണ്ടു പോയി! വീണ്ടും ഒരു ശബ്ദം. എല്ലാവരും നിന്നു. സൗമ്യനായ ഒരു യുവാവ് അടുത്തു വന്നു. പരുങ്ങിയ ആംഗലത്തിൽ ചോദിച്ചു. ഞാൻ എന്റെ കഥ പറഞ്ഞു. കയ്യിലുള്ള ടിക്കറ്റ് കാണിച്ചു. ടിക്കറ്റല്ല. ഒരു കാർഡ്. അവർ വീണ്ടും അവരുടെ ഭാഷയിൽ എന്തോ സംസാരിച്ചു. ഞാൻ താമസിക്കുന്ന സ്ഥലം ചോദിച്ചു. ലോഡ്ജിന്റെ പേരും താക്കോലും ഉള്ള ചെയിൻ ഞാനവർക്കു കൊടുത്തു. ഞാൻ H.H. ദലൈലാമയെ

ദർശിച്ചു വരികയാണെന്നും വൈകുന്നേരം നടക്കാനിറങ്ങിയതാണെന്നും പറഞ്ഞു മനസ്സിലാക്കി. അവർ നിശ്ശബ്ദം എന്നെ പുറത്തേക്കാനയിച്ചു. ഒരു പഴഞ്ചൻ ജീപ്പിൽ എന്നെ കയറ്റി. മൂന്നാണും ഒരു പെണ്ണും ഒപ്പം കയറി. ഏതോ പഴകിയ ഒരു ദൃശ്യം പോലെ ഞാൻ ബോധാബോധങ്ങളുടെ പെരുംചുഴിയാൽ മുങ്ങിപ്പൊങ്ങി. ഒടുവിൽ അവരെന്നേ റൂമിലെത്തിച്ചു. എത്തിയപാടെ ഞാൻ കിടക്കയിൽ വീണു!

മൂത്രം ഒഴിക്കാൻ മുട്ടിയാണ് ഞാനുണർന്നത്. ഉണർന്നെഴുന്നേറ്റപ്പോൾ ആ നാൽവർ വെറും നിലത്ത് ഇരിപ്പുണ്ടായിരുന്നു. നാല് തോക്കും. എന്നുവെച്ചാൽ എല്ലാവരുടെ മടിയിലും തോക്ക്. എണീറ്റ പാടെ ഞാൻ തപ്പിത്തപ്പി ബാത്ത്റൂമിലേക്കു നടന്നു. രണ്ടാൾ പിന്നിലും. മൂത്രമൊഴിച്ച് കാലും മുഖവും നന്നായി കഴുകി തിരിച്ചുവന്ന് കട്ടിലിൽ ഇരുന്നു. കുപ്പിയിൽനിന്ന് നീറ്റായി രണ്ടെണ്ണം പൂശി!

നീ ധൈര്യശാലിതന്നെ!

ആ പെണ്ണു പറഞ്ഞു.

ഉം?

നീ പറഞ്ഞത് ശരിയല്ലെങ്കിൽ നിന്നെ കൊല്ലാനാണ് കൊണ്ടുവന്നത്. കുടിച്ച് കൊഴമറഞ്ഞ നീയതറിഞ്ഞില്ല. നീ ചത്ത പോലെ വീണു. നിന്റെ ബാഗൊക്കെ ഞങ്ങൾ നോക്കി. നീ പറഞ്ഞതൊക്കെ സത്യമായിരുന്നു. നിന്റെ ഒരു ധൈര്യം!

അപ്പോഴാണ് സംഭവങ്ങളുടെ ഗൗരവം ഞാൻ ധരിച്ചത്. സത്യത്തിൽ അന്നേരം ഭയം എന്നെ പിടികൂടി. നന്നായി പേടിച്ചു.

Friend! കഴിഞ്ഞതു കഴിഞ്ഞു. നീ H.H.നെ കണ്ടു. ദർശനം തന്നു. അല്ലേ! ഞങ്ങളുടെ ഈശ്വരനാണദ്ദേഹം! ഒരു കാര്യം! ശ്രദ്ധിക്കുക. ഇനി എവിടെ വെച്ചു കണ്ടാലും ഞങ്ങളെ തിരിച്ചറിയരുത്! പ്രോമിസ്.

പ്രോമിസ് എന്നു പറഞ്ഞ് ആ പെണ്ണു കയ്യു നീട്ടി!

പ്രോമിസ്! സത്യം നിന്റെ മുഖം ഞാൻ തിരിച്ചറിയില്ല. പക്ഷേ, നിന്റെ മനോഹരമായ ചന്തി ഞാൻ തിരിച്ചറിയും!!

ഒരു നിമിഷം നിശ്ശബ്ദം! പിന്നെ ആ പെണ്ണ് ഉറക്കെ ചിരിച്ച് എന്റെ മേലേയ്ക്കു വീണു.

അങ്ങനെ ഒരേ ഒരു തവണ മരണത്തിന്റെ തോളിൽ കയ്യിട്ട് ഞാൻ നടന്നു. കൂർക്കം വലിച്ചുറങ്ങി. മദ്യം ഒരു തവണ എന്നെ രക്ഷിച്ചു.

■

## അഭിമുഖം

# മാടമ്പ് കുഞ്ഞുകുട്ടൻ/ ഡോ.എൻ.പി. വിജയകൃഷ്ണൻ

**മ**ലയാളിയുടെ വായനയെ സ്വാധീനിക്കാൻ സാധിച്ച നോവൽ എഴുത്തുകാരിൽ മാടമ്പ് കുഞ്ഞുകുട്ടനും ഉണ്ട്. എഴുപതുകളിൽ 'അശ്വത്ഥാമാവും' 'ഭ്രഷ്ടും' എഴുതി ആധുനികതയെ ഇതിഹാസത്തിനും ചരിത്രത്തിനും ഒപ്പം ചേർത്തുവെച്ചു മാടമ്പ്. മാറുന്ന മലയാള നോവൽ സങ്കല്പത്തിനനുസരിച്ചല്ല മാടമ്പ് എഴുതിപ്പോന്നത്. തിരക്കഥാകൃത്ത്, അഭിനേതാവ്, അവതാരകൻ തുടങ്ങി മാടമ്പ് കുഞ്ഞുകുട്ടന് മറ്റൊരു മേൽവിലാസവും ഉണ്ട്. പ്രശസ്തിക്കും പ്രസക്തിക്കുമായി ഭ്രമിച്ചുനടക്കുന്നവരുടെ കൂട്ടത്തിലല്ല മാടമ്പിന് സ്ഥാനം. ജീവിതത്തിൽ പുലർത്തുന്ന നർമനിർമമത അദ്ദേഹത്തെ വ്യത്യസ്തനുമാക്കുന്നു. അദ്ദേഹത്തിന്റെ തുറന്നുപറച്ചിലുകളുടെ സമാഹാരംകൂടിയാണ് ഈ സംഭാഷണം.

സുഖമല്ലേ?

**പ**രമസുഖം. ചോദിച്ചോളൂ. ഇതിന്റെ പൊരുൾ അവസാനം പറയാം. ചോദിച്ചോളൂ.

പൊളിക്കഥ എഴുതുന്നയാൾ എന്ന് സ്വയം വിശേഷിപ്പിച്ചിട്ടുണ്ടല്ലോ? പൊളിക്ക് നുണ എന്നാണ് അർഥം. ആ അർഥത്തിൽ പൊളിതന്നെയല്ലേ ഭാവന?

**അ**തൊക്കെയതെ, കവിത എന്നാൽ പൊളിയാണെന്നുണ്ടല്ലോ. പൊളീടെ പൊളീടെ പൊളിതന്നെ. പണ്ട് അയാൾ കവിതക്കാരനാണെന്ന നസ്യം പറയാറുണ്ടല്ലോ. ഭാവന വലിയ പങ്കുവരെ യാഥാർത്ഥ്യമല്ലല്ലോ. ഉള്ളത് ഉള്ളതുപോലെ പറഞ്ഞാൽ കവിതയാവില്ല. ചമൽക്കാരം, അലങ്കാരം ഒക്കെ ചേർന്ന വേഷംകെട്ടൽവരും.

ഭാവനയെ വിശ്വാസമാക്കാൻ സാധിച്ചു. അല്ലേ?

**അ**തിന് ഞാൻ ഉത്തരവാദിയല്ലല്ലോ.

വർത്തമാനം 'ഭ്രഷ്ടി'ലെത്തിയ സ്ഥിതിക്ക് ആ നോവലുമായി ബന്ധപ്പെട്ട കാര്യങ്ങൾ സംസാരിക്കാം. 1973-ലാണ് 'ഭ്രഷ്ട്' പുസ്തകരൂപത്തിൽ വരുന്നത്. 2008-ൽ ആണ് ഒടുവിൽ പതിപ്പിറങ്ങിയത്. ഇതിനകം ധാരാളം പതിപ്പുകൾ വന്നു. 'ഭ്രഷ്ട്' എഴുതിക്കളയാം എന്ന് ആലോചിച്ച സാഹചര്യം എന്താണ്? അതിനു മുമ്പ് കവിതയായും ലേഖനമായും കഥയായുമൊക്കെ താത്രിക്കുട്ടി പ്രമേയമായി വന്നിട്ടുണ്ടെങ്കിലും മാടമ്പാണ് അതിനെ നോവലീകരിക്കുന്നത് (വെറുതെ ഒരു വാക്ക് തോന്നിയതാണ് ഈ നോവലീകരിക്കൽ. ക്ഷമിക്കണം) അതായത് ഒരു നോവലിന് സാധ്യതയുള്ള കഥയുണ്ട് താത്രിയുടെ ജീവിതത്തിന് എന്ന് കണ്ടെത്തിയത് മാടമ്പാണ്. പറയൂ കാര്യങ്ങൾ?

**അ**ശ്വത്ഥാമാവ്' എഴുതിയപ്പോൾ എഴുത്തുകാരുടെ പന്തിയിലേക്ക് 'കടന്നിരിക്കാൻ' കഴിഞ്ഞു. എന്റെ കുട്ടിക്കാലത്തുതന്നെ താത്രിയെക്കുറിച്ച് പറഞ്ഞുകേട്ടിട്ടുണ്ട്. ഉറക്കെ ആ പേരുപറയില്ല. അകത്തുള്ളവർ മിണ്ടുകയേയില്ല. അങ്ങനെയൊരു കാലമുണ്ടായിരുന്നു. "എന്നാൽ ഇതൊന്നങ്ങ്ട്..." അങ്ങനെ തോന്നി എഴുതി.

ഗവേഷണം, അന്വേഷണം, ഗൃഹപാഠം അങ്ങനെ യത്നങ്ങളുണ്ടായിരുന്നുവോ എഴുത്തിനു മുമ്പ്?

**ഒ**ന്നൂല്യ. ഫിക്ഷൻ. കവിഞ്ഞാൽ ഒരു മാസംകൊണ്ട് എഴുതിത്തീർക്കാം എന്ന ബോധ്യം ഉണ്ടായിരുന്നു. ഒരു മാസമേ എടുത്തുള്ളൂ. എന്റെ സമ്പ്രദായം അങ്ങനെയാണ്. വേഗം എഴുതും. നോട്ട് എടുക്കലൊന്നുമില്ല. എഴുതാറാവാനുള്ള താമസമേയുള്ളൂ. 'അശ്വത്ഥാമാവ്' മാതൃഭൂമിയിൽ വന്ന ആവേശം ഉള്ളിലുണ്ട്. 'ഭ്രഷ്ട്' എഴുതിക്കഴിഞ്ഞു. ഞാൻ ആകെ അറിയുന്ന എഴുത്തുകാരൻ കോവിലനാണ്. കോവിലനെ കാണിച്ചു. നേരേ മാതൃഭൂമിയിൽ കൊണ്ടുകൊടക്കാൻ പറഞ്ഞു. അങ്ങനെ ചെയ്തു.

ആരാണ് അത് പ്രസിദ്ധീകരിച്ചത്?

**വാ**സുദേവൻനായർ.

'ഭ്രഷ്ട്' പ്രസിദ്ധീകരിച്ചുകൊണ്ടിരിക്കുമ്പോഴുണ്ടായ പ്രതികരണങ്ങൾ എന്തൊക്കെയാണ്?

**വാ**യനക്കാർ ആവേശത്തോടെ പ്രതികരിച്ചു.

നമ്പൂതിരി വായനക്കാർക്ക് അനിഷ്ടം തോന്നിയ അനുഭവങ്ങൾ ഉണ്ടായിട്ടുണ്ടോ?

**അ**പൂർവം നമ്പൂതിരിമാരേ പ്രതികരിച്ചുള്ളൂ: നസ്യം പറഞ്ഞവരുമുണ്ട്. നല്ല നോവലാണ് എന്ന നിലയിൽ സംസാരിച്ചവരും ഉണ്ട് താത്രി ഭർത്തൃസഹോദരനൊന്നിച്ച് വേഴ്ച നടത്തി എന്നത് കുത്തിച്ചെലുത്തേണ്ടിയിരുന്നില്ല എന്ന് ചിലർ വിമർശനരൂപത്തിൽ പറയുകയുണ്ടായി. തമ്പുരാട്ടിമാരൊന്നും ശരിയല്ല എന്ന രൂപത്തിൽ ഒരു വായന 'ഭ്രഷ്ടി'നുണ്ടാകാമെന്നും ചിലർ ആക്ഷേപിച്ചിട്ടുണ്ട്. കുറൂർ ഇല്ലം ഇവിടെ അടുത്താണ്. അവിടെ ചിലർ വായിച്ച് തരക്കേട്ല്യ എന്നു പറഞ്ഞു. മുത്തച്ഛൻ സ്മാർത്തവിചാരത്തിൽ മീമാംസകനായിരുന്നു. "തന്റെ കാരണവന്മാരൊക്കെ ഉള്ളതല്ലേ എന്നിട്ടിങ്ങനെ പറയണോ?" എന്നു ചിലർ ചോദിച്ചിട്ടുണ്ട്." നിജപിതാക്കൾ പെടുന്നതാണീ മാടൊത്തവൻ പുലമ്പും വ്യഭിചാരവൃത്തം" എന്നൊക്കെ കെ. പി.സി. അനിയൻ ഭട്ടതിരിപ്പാടിന്റെ നസ്യമുണ്ടായി. മാടൊത്തവൻ എന്നാൽ കന്നുകാലിക്കൊത്തവൻ എന്നല്ലേ അർത്ഥം. പർവതത്തിനൊത്തവൻ എന്നും അർത്ഥം പറയാമെന്നായി ഞാൻ. മാടത്തിലപ്പന്റെ നാടായ പെരുവനത്താണല്ലോ കെ.പി.സി. അതൊക്കെ ഫലിതമായിട്ടു കൂട്ടിയാൽ മതി. നമ്പൂതിരിഫലിതത്തിൽ ശകാരവുമുണ്ടല്ലോ. കലാനിരൂപകനായിരുന്ന സാക്ഷാൽ വടക്കുംകര വി.എസ്.എൻ. പറഞ്ഞതിങ്ങനെയാണ്: "താൻ തരക്ക്ട്ല്യ. തന്റെ അച്ഛനൊക്കെയായിട്ട് എനിക്ക് അട്പ്പണ്ട്. താനായിട്ടും. മുഖസ്തുതി പറയല്ല, സാമാന്യം മോശായ്ട്ട്ണ്ടേ." അങ്ങനെ ചില കുസൃതികളൊക്കെയുണ്ടായിട്ടുണ്ട്.

'ഭ്രഷ്ട്' പുസ്തകമായപ്പോഴോ?

**ന**ല്ല കച്ചവടം ഉണ്ടായി. എൻ.ബി.എസ് മൂവായിരം കോപ്പി വിറ്റു.

വില്പനയ്ക്ക് കാരണം എന്താവാം?

**ച**രിത്രപ്രസിദ്ധമായ (എന്നാൽ കുപ്രസിദ്ധവും) യാഥാർഥ്യകഥയെ അവലംബിച്ച് എഴുതിയ നോവലാണല്ലോ. അതുകൊണ്ടുതന്നെ. പിന്നെ പരദൂഷണം കേൾക്കാനുള്ള സുഖവും. എന്റെ കഥ വന്നിരുന്ന കാലത്ത് ആളുകൾ അത് വായിച്ചത് സാഹിത്യമൂല്യം നോക്കിയായിരുന്നില്ലല്ലോ. എന്തൊക്കെയാണ് അതിൽ പറയുന്നത് എന്നറിയാനുള്ള

ആകാംക്ഷ. "താൻ മലയാളനാട് വാങ്ങാറ്ല്ല്യേ? എനിക്കും തരണം ട്ടോ വായന കഴിഞ്ഞാൽ" എന്ന് പറഞ്ഞിരുന്നവരുണ്ടായിരുന്നു. മലയാളനാട് നേരിട്ടു ചെന്നുവാങ്ങാൻ മടിയുള്ളവരും ഉണ്ടായിരുന്നു. അതുപോലെ താത്രിയെപ്പറ്റി എന്തൊക്കെയാണ് പറയുന്നത് എന്നറിയാൻ പലരും 'ഭ്രഷ്ട്' വാങ്ങി. അതിൽ താഴമംഗലം മന ദേശമംഗലം മനയാണെന്ന് ധരിച്ചവരുണ്ട്. അച്ഛന്റെ തലമുറവരെ ദേശമംഗലവുമായി ആശ്രിതസ്ഥാനമുണ്ടായിരുന്നു. ഞങ്ങൾ വാധ്യാന്മാരായി ഓത്തുചൊല്ലിക്കാനുണ്ടായിരുന്നു. സാമ്പത്തികമായി ഞങ്ങൾ താഴെയാണ്. ഞങ്ങളുടെ ഓയ്ക്കൻ ഒരാളുമാണ്. 'ഭ്രഷ്ട്' എഴുതുന്നതുവരെ ഞാൻ ദേശമംഗലം മനയിൽ പോയിട്ടില്ല. പറഞ്ഞാൽ വിശ്വസിക്കില്ല.

ഇതിപ്പോൾ മാടമ്പ് കുഞ്ഞുകുട്ടൻ എഴുതിയതുകൊണ്ടാവും നമ്പൂതിരിമാർ അത്രയ്ക്ക് വിമർശിക്കാത്തത്. മറ്റൊരു സമുദായത്തിൽ പെട്ടയാളാണ് എഴുതിയിരുന്നത് എങ്കിൽ അവരുടെ നിലപാട് എന്താകുമായിരുന്നു?

**ന**സ്യം കുറച്ചുകൂടി കൂടും എന്നേ വരൂ. എനിക്ക് അധികം നമ്പൂതിരി ശകാരം കിട്ടിയില്ല എന്നു പറഞ്ഞില്ലേ. നമ്പൂതിരിമാർക്ക് ഒരാളെ അധികം ചീത്തപറയാൻ കഴിയില്ല. 'ലജ്ജ'യുടെ കോലാഹലമൊന്നും 'ഭ്രഷ്ടി'നുണ്ടാവില്ല.

"കാമം ഉറഞ്ഞുകൂടി ഉടലെടുത്തതുപോലെ ചെറ്യേടത്തു പാപ്തിക്കുട്ടി കിടന്നു' എന്ന് 'ഭ്രഷ്ടി'ൽ പറയുന്നുണ്ടല്ലോ? ഇത് അവരുടെ ശരീരഭാഷയുമായി ബന്ധപ്പെട്ട വിശേഷണംകൂടിയാണോ? മാടമ്പിന്റെ കൃതികളിൽ എത്ര ശതമാനം ഭാവനയുണ്ട്? എത്ര ശതമാനം യാഥാർത്ഥ്യമുണ്ട്?

**അ**ധികം ഭാവനയാണ്. 'ഭ്രഷ്ടി'ലെ കേന്ദ്രം സത്യമാണ്. താത്രി, അറുപത്തിനാല് ആളുകൾ വ്യഭിചരിച്ചത്, ഭ്രഷ്ട് വന്നത് ഒക്കെ സത്യമാണല്ലോ. നോവലിൽ അത്രത്തോളം സത്യം. താത്രി എങ്ങനെ വ്യഭിചാരിണിയായി എന്നത് മുഴുവൻ ഭാവനയാണ്. താത്രിയെ വേളി ദിവസം ഭർത്താവിന്റെ ഏട്ടൻ പ്രാപിച്ചത്. അത് നാടകീയതക്കുവേണ്ടി ഉണ്ടാക്കിയതാണ്.

താത്രിക്കുട്ടി ഒരുക്കിയ ഉടൽഉത്സവത്തിൽ പങ്കാളികളായവരാണോ 'ഭ്രഷ്ട'രായവർ?

**താ**ത്രിക്കുട്ടിയെപ്പറ്റി കേട്ടപ്പോൾ ഭാവനയിൽനിന്നു വന്നതാണ് അത്. കണ്ടാൽ അത്രയ്ക്ക് സുന്ദരിയൊന്നുമായിരുന്നില്ല താത്രി എന്നും കേട്ടിട്ടുണ്ട്. ആനച്ചന്തം. അത്രയേയുള്ളൂവത്രെ. താമരയുടെ സൗന്ദര്യത്തെ ഓർമ്മിപ്പിക്കുന്നതായിരുന്നു കാൽമടമ്പിന്റെ ഭംഗി എന്നാണ് മറ്റൊരു കേൾവി. അംഗപ്രത്യംഗം സുന്ദരി എന്നു പറയുക വയ്യ. സൗന്ദര്യസങ്കല്പങ്ങൾക്കും മാറ്റമുണ്ടല്ലോ. അവർ നന്നായി പാടുമായിരുന്നു. പാട്ടുപോലെ കഥകളിയും ദൗർബല്യമായിരുന്നു.

യഥാർഥത്തിൽ താത്രി പ്രതിയാണോ? സാധനം എന്നാണ് ഒടുവിൽ അവർ വിശേഷിപ്പിക്കപ്പെട്ടത്. ഒരു നപുംസകപ്രയോഗം. സദാ സചേതനവും സജീവവുമായിരുന്ന, ശരീരത്തെ ആഘോഷിച്ചിരുന്ന, പുരുഷന്മാരെ അതിൽ പങ്കാളിയാക്കിയിരുന്ന താത്രി എത്ര വേഗമാണ് സാധനമായത്? മാടമ്പ് എന്തു പറയുന്നു?

**ഉ**ത്തരം കിട്ടാനുള്ള ഉപാധി എന്ന അർത്ഥത്തിലാണ് സാധനം എന്ന് പറഞ്ഞിട്ടുണ്ടാവുക. 'തർക്ക'ത്തിലെ വിഷയമാണത്. അചേതനവസ്തു എന്ന അർത്ഥത്തിലല്ല അത് പ്രയോഗിച്ചിരിക്കുന്നത്. പടിയടച്ചു പിണ്ഡം വെക്കുന്നതിനും മറ്റൊരു യുക്തിയുണ്ട്. ലജ്ജാകരമായ കാര്യമാണ് നടക്കുന്നത്. നാലാളറിയണ്ട എന്നുവെച്ച് അങ്ങനെ ചെയ്തതാണ്.

ഭ്രഷ്ടായ പുരുഷന്മാരുടെ പിൽക്കാലം അധികമാരും അന്വേഷിച്ചില്ലല്ലോ?

**അ**വർ സമൂഹത്തിന് വേണ്ടാത്തവരായി. അവരുടെ മക്കളും അവരുടെ മക്കളും നന്നായി. അവർ ചിലർകൂടി കൂട്ടായ്മയ്ക്കു ശ്രമിച്ചു. എനിക്ക് ക്ഷണമുണ്ടായിരുന്നു.

ഭ്രഷ്ടരെക്കുറിച്ച് ഒരു നോവലിന് സാധ്യതയില്ലേ?

**സാ**ധ്യതയുണ്ട് എന്ന് എനിക്കും തോന്നുന്നു. കെ.ബി. ശ്രീദേവി 'യജ്ഞം' എഴുതിയിട്ടുണ്ടല്ലോ.

ഉണ്ണിക്കൃഷ്ണൻ പുതൂരിന്റെ 'അമൃതമഥന'വും ഭ്രഷ്ട് കഥയാണല്ലോ?

**ഞാ**ൻ വായിച്ചിട്ടില്ല.

"പാതിവ്രത്യം നമ്പൂരാർക്കും കല്പിച്ചാൽ ഭ്രഷ്ടില്ലാത്ത എത്ര നമ്പൂരിമാരുണ്ടാവും" എന്ന് സാധനം ചോദിക്കുന്നുണ്ടല്ലോ. അന്നത്തെ സാമുദായികചിത്രം ഇതിൽനിന്ന് വ്യക്തമാവുന്നുണ്ട്? ഇതിൽ ഭാവനയോ യാഥാർത്ഥ്യമോ?

**പു**രുഷന്മാർക്ക് പാതിവ്രത്യം പറഞ്ഞിട്ടില്ലല്ലോ. പുരുഷാധിപത്യത്തോടുള്ള ചലഞ്ചുണ്ട് ഈ വാക്കുകളിൽ. ഒന്നുകിൽ ശാരീരിക വൈകല്യമുണ്ടാവണം. അല്ലെങ്കിൽ സംബന്ധത്തിന് കാശുകൊടുക്കാൻകൂടി വയ്യാത്ത രീതിയിൽ പിശുക്കൻമാരാകണം. അങ്ങനത്തെ കൂട്ടരേ പതിവ്രതന്മാരായി സമുദായത്തിൽ ഉണ്ടാവൂ അന്ന്.

എനിക്ക് ഇരുട്ടാണിഷ്ടം. ഈ തമസ്സ് എനിക്കഭയം തരും എന്നു പറഞ്ഞ് ഇരുട്ടിൽ ഊളിയിടുന്ന പാപ്തിക്കുട്ടി. ഇരുളാ വിഴുങ്ങ് എന്ന് അട്ടഹസിച്ച് ഇരുട്ടിൽ ലയിക്കുന്ന ചന്ത്രക്കാരനെ ഓർമിപ്പിക്കുന്നു? ധർമരാജ ഓർമ്മവരുകയാണ്. മാടമ്പിനങ്ങനെ തോന്നിയിട്ടുണ്ടോ?

**ആ** കഥാപാത്രത്തെ ഓർമ്മയില്ല. അറിയില്ല. തമസ്സല്ലോ സുഖപ്രദം എന്ന് അക്കിത്തം പറഞ്ഞിട്ടുണ്ടല്ലോ. സമൂഹത്തിന്റെ മേച്ഛമായ, സദാചാരനിയമം, സദാചാരസംഹിത സാമാന്യം അശ്ലീലമാണ്. അതിൽ നിന്ന് പുറത്തു കടക്കുകയാണ് ഭേദം എന്നതുകൊണ്ടാണ് പാപ്തി ഇരുട്ടിൽ ലയിക്കുന്നത്.

തന്റെ നോവലുകൾ വേണ്ടത്ര വായിക്കപ്പെടുന്നില്ല എന്നതിൽ കുണ്ഠിതം തോന്നിയിട്ടുണ്ടോ?

**വേ**ണ്ടത്ര വായിക്കുന്നില്ലല്ലോ എന്ന കുണ്ഠിതമുണ്ട്. ഇപ്പോൾ വാസുദേവൻ നായർ, മുകുന്ദൻ, കഷ്ടിച്ച് കുഞ്ഞബ്ദുള്ള ഇത്രയേ കേൾക്കുന്നുള്ളൂ. കോവിലൻ നല്ല നോവലിസ്റ്റാണ്. കോവിലനെ അറിഞ്ഞു എന്നു നടിച്ചിട്ടുണ്ടോ? ഇതൊക്കെ തമസ്കരിക്കൽ തന്നെ. സാഹിത്യ അക്കാദമി ഒന്നിനും എന്നെ വിളിക്കാറില്ല.

'ഭ്രഷ്ട്' പ്രസിദ്ധപ്പെടുത്തിയ കാലത്തെ നോവലുകളിൽനിന്ന് പ്രമേയത്തിലും ശില്പഘടനയിലും 'ഭ്രഷ്ട്' വേറിട്ടുനില്ക്കുന്നത് എങ്ങനെയാണ്?

**ര**ണ്ടു കാരണങ്ങളെക്കൊണ്ട് വേറിട്ടുനിന്നു എന്നു പറയാം. എനിക്ക് നോവലിന്റെ ക്രാഫ്റ്റ് അറിയില്ല. പറയാനുള്ളത് നേരിട്ട് പറയുക. സ്വതന്ത്രമായി എഴുതി. അങ്ങനെ എഴുതുന്നവർ കുറവാണ്. കുപ്രസിദ്ധി നേടിയ ചരിത്രസംഭവമായതുകൊണ്ടും ശ്രദ്ധേയമായി.

ദേശാന്തരങ്ങളെ ഓടിയെത്തി ബന്ധിപ്പിക്കുന്ന വണ്ടിയുടെ കിതപ്പ് അടുത്തടുത്തുവന്നു. ഇരുട്ടിൽ നെറ്റിക്കണ്ണു തുറിച്ച് ഓടിവരുന്ന

നിത്യപ്രയാണത്തിന്റെ ജനിമൃതികളുടെ സ്റ്റേഷനുകൾ കടന്ന്, അവസാനിക്കാതെ പോകുന്ന അഗ്നിശകടത്തിന്റെ ഉള്ളിലിരുന്ന് മനുഷ്യൻ സ്വയമറിയാതെ ഉറങ്ങി. 'ഭ്രഷ്ടി'ൽനിന്നാണ്. തീവണ്ടി രൂപകമാക്കിയതെന്തുകൊണ്ടാണ്? താത്രി തീവണ്ടി കയറി തമിഴ്നാട്ടിലേക്കു പോയി എന്നു പറയപ്പെടുന്നുണ്ടല്ലോ. അങ്ങനെ യൊരു കേൾവിയാണോ 'തീവണ്ടി'യുടെ അടിസ്ഥാനം?

**ജീ**വൻ എന്നുള്ളത് മഹാതുടർച്ചയാണ്. പരിണാമങ്ങളുടെ ജന്മ പരമ്പരകളിലൂടെ കടന്നുപോകുന്നതാണ്. സൂപ്പർമാനിലേക്ക് എത്തേ ണ്ടേ? അതുകൊണ്ടാണ് തീവണ്ടി എടുത്തത്. താത്രി ഇവിടന്നു പോയി. എങ്ങോട്ടോ പോയി. അത് സത്യമാണ്. ആരുടെകൂടെ പോയി എന്നൊന്നും 'ഭ്രഷ്ടി'ൽ ഇല്ല. സ്ത്രീലമ്പടന്മാർ സ്വന്തമാക്കാൻ നോക്കിയിട്ടുണ്ടാവും.

പാപ്തിക്കുട്ടി! മഹാമായേ! രക്ഷിക്കണേ! ഭ്രഷ്ട് അവസാനിക്കു ന്നത് പ്രാർഥനയോടുകൂടിയാണ്. താത്രിയെ അമ്മദൈവമാക്കു ന്നുണ്ടല്ലോ?

**എ**ല്ലാ കാലത്തും നവീനാശയക്കാർ ഉണ്ടാവുമല്ലോ. നമ്പൂതിരി പ്രസ്ഥാനത്തിന് കിട്ടിയ തല്ലാണ് താത്രി. യോഗക്ഷേമസഭ ഉണരാ നുള്ള നിമിത്തമായി താത്രി. 'അമ്മ' എന്നു വിളിച്ചത് എന്റെ ദേവീസ ങ്കല്പത്തിന്റെ കുഴപ്പംകൊണ്ടാണ്. ക്രിസ്ത്യാനി എഴുതിയാൽ ജീസസ് എന്നുവരാം. സ്ത്രീയെ സുപ്രീം പവർ ആക്കുന്നത് ഇന്ത്യ യിൽ മാത്രമുള്ളതാണല്ലോ. അമ്മ എന്നാൽ പരാശക്തി തന്നെ. അതി നുമുകളിൽ ഒന്നുമില്ല.

ഫെമിനിസത്തിന്റെ കാഴ്ചപ്പാടിൽ ചില താത്രീവിചാരങ്ങൾ നട ന്നിട്ടുണ്ടല്ലോ. പുരുഷാധിപത്യത്തിനെതിരെ ശരീരം ഉപകരണമാ ക്കി, ശരീരംകൊണ്ടുള്ള പ്രതിരോധമാണ് താത്രി നടത്തിയത് തുടങ്ങിയ വ്യാഖ്യാനങ്ങൾ ഉണ്ടായിട്ടുണ്ടല്ലോ?

**ഡി**ഫൻസല്ല, ഒഫൻസായിരുന്നു. പ്രതിരോധമല്ല, ആക്രമണമായി രുന്നു. സ്ത്രീകളെ ഏതു കാരണങ്ങളെക്കൊണ്ടാണോ പുരുഷൻ അടി മയാക്കുന്നത് അതേ കാരണങ്ങളെക്കൊണ്ടും അതേ സാമഗ്രികളെ ക്കൊണ്ടും പുരുഷനെ നിലംപരിശാക്കുകയാണ് താത്രി ചെയ്തത്. താത്രിയുടേത് കാമമായിരുന്നില്ല. കാമമാണെങ്കിൽ തണ്ടുംതടിയുമുള്ള രണ്ടാൾ പോരേ? താത്രിയെ ഈ വഴിയിലേക്ക് പ്രേരിപ്പിച്ച കാരണം അജ്ഞാതമാണ്.

കാരണംകൊണ്ട് കാരണത്തെ നേരിടുകയാണ് താത്രി ചെയ്തത് എന്ന് പറയരുതോ?

**അ**തെ. താത്രിയെ നശിപ്പിച്ച അതേ പേശീബലംകൊണ്ട് നേരിട്ടു എന്നു പറയാം.

സിതാര എസ്. എഴുതിയ 'അഗ്നി' എന്ന കഥ ഈ സന്ദർഭത്തിൽ ഓർമ്മവരുകയാണ്. പുരുഷനെ നേരിട്ട പെൺകുട്ടിയുടെ കഥ യാണത്. സ്ത്രീയുടെ ഉള്ളിലെ ചാവേർപോരാളിയുടെ നമ്പൂതിരി പേരാണ് താത്രി എന്നും സിതാരയുടെ കഥാപാത്രത്തിൽ താത്രി യുടെ അംശങ്ങളുണ്ടെന്നും ഇവ രണ്ടും ചേർത്തുവെച്ച് പഠിച്ച ജ്യോതിക നിരീക്ഷിക്കുന്നുണ്ട്. എന്താണ് അഭിപ്രായം?

'**അ**ഗ്നി' എന്ന കഥ വായിച്ചേ പറയാൻ പറ്റൂ.

നമ്പൂതിരിമാർ ഇനിയും പരിഷ്കരിക്കപ്പെടേണ്ടവരാണെന്നു തോന്നിയിട്ടുണ്ടോ? ഇപ്പോഴും തികഞ്ഞ യാഥാസ്ഥിതികരായവരെ കാണുന്നില്ലേ?

**വ**ളരെ കുറച്ചുകാലംകൊണ്ട് ഇത്രയുംവേഗം മാറിയ മറ്റൊരു സമൂ ഹമില്ല. ഇപ്പോൾ നിബന്ധനകൾ കുറവായി. ഇന്ന് വിവാഹം കഴിച്ച് നാളെ വിവാഹമോചനം ആവാം. അവർ സ്വതന്ത്രരായി. വിദ്യാഭ്യാസം കാരണമാണത്.

ലളിതാംബിക അന്തർജനം 'പ്രതികാരദേവത' എന്ന കഥ എഴു തിയിട്ടുണ്ട്. താത്രി, അന്തർജനത്തിന്റെ മുന്നിൽ വരുന്നു. അവർ 'അമ്മേ' എന്നാണ് വിളിക്കുന്നത്. ആ കഥയെക്കുറിച്ച് മാടമ്പിന്റെ വിലയിരുത്തൽ എന്താണ്?

**കൃ**ത്യമായി അറിയില്ല. താത്രി ഭ്രഷ്ടാക്കപ്പെട്ട കാലത്താണ് അന്തർജനം ജനിച്ചിട്ടുണ്ടാവുക. നമ്പൂതിരി പ്രസ്ഥാനത്തിൽ ഭ്രഷ്ട് അലകളുണ്ടാക്കി. പുരുഷമേധാവിത്വത്തിന് എതിരായി താത്രിയെ ചിലർ വ്യാഖ്യാനിച്ചു. യോഗക്ഷേമസഭയിൽ ഉത്പതിഷ്ണുക്കളു ടേതായ ഒരു സംഘം ഉണ്ടാവാൻ ഭ്രഷ്ടിന്റെ അലകൾ സഹായിച്ചി ട്ടുണ്ട്. പുരുഷനോട് താത്രിക്ക് പ്രതികാരമുണ്ടായിരുന്നു. മണ്ടനായ ഒരാളെ താത്രി വ്യഭിചരിച്ചില്ല. മനക്കലെ ഇലമുറിക്കാരനെയോ കഥ കളിയിലെ പെട്ടിക്കാരനെയോ അല്ല താത്രി പ്രാപിച്ചത്. ഓത്തന്മാരെ, കലാകാരന്മാരെ, അങ്ങനെ സമൂഹത്തിൽ വേറിട്ടുനിൽക്കുന്നവരെ. വർമ്മത്തു-മർമ്മസ്ഥാനത്ത്-പിടിച്ചുകെട്ടണം എന്ന് താത്രിക്ക്

അറിയാമായിരുന്നു. ദേഹത്തെ അടയാളങ്ങൾവരെ അവർ ഓർമ്മിച്ചു വെച്ചു. ഒരാളും ഞാൻ പോയിട്ടില്ല എന്ന് നിഷേധിച്ചില്ല. രണ്ടു കാരണ മുണ്ടതിന്. ഒന്ന്, കല്പിച്ചുകൂട്ടി പൊളി പറയാൻ വിഷമമുണ്ട്. രണ്ട്, പൊളിപറയുക പാപവുമാണ്. പോയവർക്ക് പോയില്ല എന്നു പറ യാനും വിഷമം. അന്ന് ഒരു പെൺകിടാവ് പറഞ്ഞ് അറുപത്തിനാലു പുരുഷന്മാരെ ഭ്രഷ്ടരാക്കി. പുരുഷമേധാവികൾതന്നെ. ഇന്ന് അറുപ ത്തിനാല് പെൺകിടാങ്ങൾ തെളിവുസഹിതം പറഞ്ഞിട്ടും ഒരാളെ ഭ്രഷ്ടാക്കാൻ പറ്റുന്നില്ല.

സ്ത്രീക്കുവേണ്ടി വാദിക്കാൻ ആളില്ലാത്ത അവസ്ഥ അന്നുണ്ടാ യിരുന്നുവോ?

**ആ**ളുകളുണ്ടായിരുന്നു. പുറക്കോവിലും മീമാംസകരുമൊക്കെ ഗവൺമെന്റിന്റെ ആളുകളാണ്. എന്റെ മുത്തച്ഛൻ ഗവൺമെന്റിന്റെ ആളായി പോയതാണ്.

താത്രിക്ക് പുരുഷനോട് പകയായിരുന്നു എന്നു പറഞ്ഞുവല്ലോ. മാടമ്പിന്റെ ആദ്യ നോവലിലും പകയുടെ ആൾരൂപമാണ് കഥാ പാത്രം. 'അശ്വത്ഥാമാവ്' പുരുഷന്റെ പകയുടെ, പിന്നെ സ്ത്രീ യുടെ പകയുടെ ആവിഷ്കാരങ്ങളാണ് മാടമ്പ് എഴുതിയത്. എന്താണങ്ങനെ?

**എ**ന്റെ സ്വഭാവത്തിന്റെ പ്രശ്നമാകാം. ലൈംഗികകാരണം കൊണ്ടല്ല. 'അശ്വത്ഥാമാവ്' ഭ്രഷ്ടായത്. അഭക്ഷ്യഭക്ഷണം തന്നെ കാരണം. ഉത്കൃഷ്ടമെന്നു വിചാരിക്കുന്ന സമൂഹത്തിൽ നിന്നുള്ള പടിപടിയായ താഴ്ച. പതനം. അതാണ്. 'അശ്വത്ഥാമാവ്' എഴുതാൻ മഹാഭാരതം തന്നെ കാരണം. ദ്രോണരുടെ മകൻ അശ്വത്ഥാമാവ് വലിയ വില്ലാളി യായി. ഒടുക്കം അശ്വത്ഥാമാവിന് ബുദ്ധി ഉപദേശിച്ചത് മൂങ്ങയാണ്. കുട്ടികൃഷ്ണമാരാർ എഴുതിയിട്ടുണ്ട് അത്. ഭാരതം എന്നെ ഭ്രമിപ്പി ച്ചു. മഹാഭാരതവായനയുടെ ഫലമാണ് 'അശ്വത്ഥാമാവ്'. മഹാഭാര തത്തിലെത്താൻ കാരണം മാരാരും ത്രിവിക്രമൻ നമ്പൂതിരിയുമാണ്.

മാടമ്പിന്റെ 'ഭ്രഷ്ട്' നമ്പൂതിരി സമുദായത്തിലെ വായനക്കാരിൽ ചലനം ഉണ്ടാക്കിയില്ല എന്നു പറഞ്ഞു. സമുദായത്തെ പരിഷ്ക രിക്കാൻ ഉപകരിച്ച കൃതികൾ ഏതൊക്കെയാണ്?

**സ**മുദായത്തിൽ ചലനമുണ്ടാക്കിയ ഏകകൃതി 'അടുക്കളയിൽനിന്ന് അരങ്ങത്തേക്ക്' എന്ന നാടകമാണ്. ആകെ പത്തു ദിക്കിലേ

കളിച്ചുള്ളൂ. 'ഋതുമതി'യും 'മറക്കുടക്കുള്ളിലെ മഹാനരക'വുമൊന്നും ചലനമുണ്ടാക്കി എന്നു പറയാൻ കഴിയില്ല. 'ഋതുമതി' നന്ന് എന്ന് മാരാർ പറയുന്നു.

കവിതകൾ എന്തെങ്കിലും പ്രതികരണം ഉണ്ടാക്കിയതായി പറയാമോ?

**സ**മൂഹത്തിന്, നമ്പൂതിരി സമൂഹത്തിന് കവിതകളെക്കൊണ്ടൊന്നും വലിയ കാര്യമുണ്ടായിട്ടില്ല. കവിത എന്നുവെച്ചാൽ പൊളിയാണല്ലോ.

അക്കിത്തത്തിന്റെയും ഒളപ്പമണ്ണയുടെയും ആദ്യകാല കവിതകളിൽ നവോത്ഥാനത്തിനുള്ള ആഹ്വാനമുണ്ടല്ലോ? അതു കാണാതിരിക്കുന്നത് ശരിയാണോ?

**കാ**ര്യം ഉണ്ടായിട്ടില്ല.

ഇപ്പോൾ സ്ത്രീകൾ വിദ്യാസമ്പന്നരും പുരുഷന്മാർ അത്രതന്നെ വിദ്യാഭ്യാസം ഇല്ലാത്തവരും ആയിട്ടാണല്ലോ കണ്ടുവരുന്നത്?

**ന**മ്പൂതിരിമാരായ ചെറുപ്പക്കാർക്ക് ശാന്തിയും തന്ത്രവുമൊക്കെയായി നല്ല വരുമാനമാണ്. പക്ഷേ, സ്ത്രീകളെ കിട്ടാനാണ് ഞെരുക്കം.

മാടമ്പ് കുഞ്ഞുകുട്ടൻ എന്ന പേരു കേൾക്കുമ്പോൾ 'ഭ്രഷ്ട്' എഴുതിയയാൾ എന്നൊരു ഓർമ്മയാണ് കേരളീയർക്ക്. 'ഭ്രഷ്ടി'ന്റെ കഥാകാരൻ എന്ന കള്ളിയിലാണ് മാടമ്പിന് ഇപ്പോഴും സ്ഥാനം. അതിലും നല്ല നോവലുകൾ മാടമ്പ് എഴുതിയിട്ടുണ്ട്. അങ്ങനെയല്ലേ സ്വന്തം നിലയ്ക്ക് വിശ്വാസം?

**ശ**രിയാണത്. 'ഭ്രഷ്ടി'നേക്കാൾ നല്ല നോവലുകളാണ് 'അവിഘ്നമസ്തു', 'മരാരാശ്രീ', 'അമൃതസ്യപുത്രഃ', 'സാധനാലഹരി', ഓം ശാന്തി... എന്നിവ. അതൊന്നും ആൾക്കാര് കണ്ടിട്ടില്ല.

കാണാത്തതാവില്ല. വേണ്ടത്ര വിലയിരുത്തപ്പെടാതെ പോയതാണ്. മാടമ്പിന്റെ പുസ്തകങ്ങളെക്കുറിച്ച് അധികം പഠനങ്ങൾ വന്നിട്ടില്ല. പുസ്തകനിരൂപണംപോലും വന്നിട്ടില്ല എന്നു പറയാം. ഇതിനു കാരണം എന്താവാം?

**അ**ശ്വത്ഥാമാവ് നരേന്ദ്രപ്രസാദ് റിവ്യൂ ചെയ്തിട്ടുണ്ട്. 'മരാരാശ്രീ'യെക്കുറിച്ച് ആർ.എസ്. വർമ്മജി എഴുതി. 'അവിഘ്നമസ്തു'വിനെക്കുറിച്ച് പി. ഗോവിന്ദപ്പിള്ള വിലയിരുത്തി എഴുതിയിട്ടുണ്ട്. മനുഷ്യർ കാണാത്ത പ്രസിദ്ധീകരണങ്ങളിലാണ് ഇതൊക്കെ വന്നിട്ടുള്ളത്.

എന്തുകൊണ്ടാണ് ഇങ്ങനെ എന്നറിയില്ല. ഞാൻ ഇതിന്റെ പിന്നാലെയൊന്നും പോകാറില്ല. 'സാധനാലഹരി' ഉൾക്കൊള്ളണമെങ്കിൽ താന്ത്രിക്ക് താത്പര്യമൊക്കെ വേണം.

സാഹിത്യഅക്കാദമി ഒന്നിനും വിളിക്കാറില്ലെന്ന് പറഞ്ഞല്ലോ, പക്ഷേ, അക്കാദമി അവാർഡ് കിട്ടിയിട്ടുണ്ടല്ലോ?

**അ**ത് പണ്ടല്ലേ? സാഹിത്യം മുഴുവൻ ഇടതിന്റെ എന്ന് വിചാരമില്ലാത്ത കാലത്ത്.

മാടമ്പ് കുഞ്ഞുകുട്ടൻ കൊടുങ്ങല്ലൂരിൽ ഭാരതീയ ജനതാപാർട്ടിയുടെ സ്ഥാനാർത്ഥിയായി നിയമസഭയിലേക്ക് മത്സരിച്ചു. തോറ്റു. വെടുപ്പായിത്തന്നെ തോറ്റു. പാർട്ടിക്കാരനായതിന്റെ പിന്നിലെ രാഷ്ട്രീയവികാരം എന്തായിരുന്നു?

**രാ**വിലെ കുളിയും കുറിയുമൊക്കെയുള്ളയാളാണ് ഞാൻ. അങ്ങനെ ഹിന്ദുതാത്പര്യവാദിയാണ് എന്ന ധാരണ വന്നു. ആളുകൾ അങ്ങനെ ധരിച്ചിരിക്കും. എന്തോ, എന്തുകൊണ്ടോ എനിക്ക് സിനിമക്ക് സ്റ്റേറ്റ് അവാർഡ് കിട്ടിയിട്ടില്ല. നാഷണൽ അവാർഡ് കിട്ടി. ഇന്റർനാഷണൽ അവാർഡും കിട്ടി. സ്ഥാനാർത്ഥിയാവാൻ കാരണം എന്താണെന്നു വെച്ചാൽ ഒരു പ്രാന്ത്. ഒരു ചൂടിന് നിന്നു. കുഞ്ഞബ്ദുള്ളയും ഞാനും നിന്നു.

എത്ര വോട്ടുകിട്ടി?

**ഏ**റ്റവും കുറഞ്ഞ വോട്ട്.

കുഞ്ഞബ്ദുള്ളയേക്കാൾ?

**കു**ഞ്ഞബ്ദുള്ളയ്ക്ക് കൂടും.

എത്ര വായനക്കാർ വോട്ട് ചെയ്തിട്ടുണ്ടാവും?

**ചി**ല വായനക്കാരുടെ, അപ്പർ സൊസൈറ്റിക്കാരുടെ വോട്ട് കിട്ടി. ഞാൻ കാരണമാവാം മീനാക്ഷി തമ്പാൻ തോറ്റത്.

സ്ഥാനാർഥിയായ കാലത്ത് വേറിട്ട അനുഭവങ്ങൾ ഉണ്ടായിട്ടുണ്ടാവുമല്ലോ?

**ന**ല്ല അനുഭവമായി. കടൽപ്രദേശം. കടൽ കണ്ടിട്ടുണ്ട്. മുക്കുവരുടെ ജീവിതം നിശ്ചയമില്ല. കൊടുങ്ങല്ലൂരിലെത്തി മുക്കുവരുടെ നിത്യ

ജീവിതം കണ്ടു. അവർക്ക് എന്തെന്നില്ലാത്ത വരുമാനം ഉണ്ടാകും. അന്നുതന്നെ അത് കഴിയും. സൂക്ഷിപ്പ് കുറവാണ്. വളരെ സാധാരണക്കാരെയും കണ്ടു. അങ്ങനെ നല്ല അനുഭവങ്ങൾ ഉണ്ടായി.

കൊടുങ്ങല്ലൂരിൽ, തൂണിൽ കാവ്യം തുളുമ്പുന്ന കൊടുങ്ങല്ലൂർ ഭഗവതിയുടെ തിരുമുറ്റത്തുനിന്നാണ് എഴുത്താരംഭിച്ചത്. ഓണം ഉത്രാടം. എന്ന് ഓർമ്മക്കുറിപ്പിൽ പറയുന്നുണ്ട്. മാടമ്പ് തെരഞ്ഞെടുപ്പിൽ മത്സരിച്ചതും കൊടുങ്ങല്ലൂരിൽ. കൗതുകമായി അത്. ഇനിയൊന്നു ചോദിക്കട്ടെ, എന്തുകൊണ്ട് ഭാരതീയ ജനതാപാർട്ടിക്കാരനായി?

**ഇ**തിനെക്കുറിച്ച് ഞാൻ ലേഖനപരമ്പരതന്നെ എഴുതിയിട്ടുണ്ട്. കേഡർ പാർട്ടി എന്ന നിലയ്ക്ക് ബി.ജെ.പി. നല്ല പാർട്ടിയാണെന്ന് തോന്നി. ഇത്രയും സുദീർഘമായ കാലഘട്ടത്തിൽ ജനാധിപത്യം അഭംഗുരം നിലനിൽക്കാൻ കാരണം ഹിന്ദുക്കളാണ്. പാശ്ചാത്യർ തന്ന ഡെമോക്രസിയല്ലിത്. വേദിക്പിരിയഡിൽനിന്നുള്ള തുടർച്ചയാണ് നമ്മുടെ ജനാധിപത്യം. ഏകദൈവവിശ്വാസി സ്വാഭാവികമായും അസഹിഷ്ണുവാകും. നൂറു പുഷ്പങ്ങൾ ഒരുമിച്ചു വിരിയാൻ എളുപ്പം ബഹുസ്വരതയുള്ള സൊസൈറ്റിയിലാണ്. ബഹുദൈവവിശ്വാസത്തേക്കാൾ മീതെയുള്ള, പരിഷ്കൃതസങ്കല്പമല്ല ഏകദൈവവിശ്വാസം. ശുദ്ധ ആദ്ധ്യാത്മികതക്ക് മതത്തിന്റെ ആവശ്യമില്ല. അന്യമതങ്ങളോട് സഹിഷ്ണുതയില്ലാതാവാൻ എളുപ്പം ഏകമതവിശ്വാസമാണ്. ഒരൊറ്റ ഗ്രന്ഥം, ഒരൊറ്റ ദൈവം. ഇത് സ്വേച്ഛാധിപത്യത്തിലേക്കും ഭീകരതയിലേക്കും എത്തും. തിമൂറിനു ശേഷം 1947 വരെ ഇന്ത്യ ഭരിച്ചത് ഇന്ത്യക്കാരല്ല. ഹിന്ദുവിന്റെ സാംസ്കാരികപാരമ്പര്യം നശിപ്പിക്കാനുള്ള പദ്ധതികൾ ഉണ്ടായിട്ടുണ്ട്. എന്നിട്ടും നശിപ്പിക്കാൻ സാധിച്ചിട്ടില്ല.

മുഴുവൻസമയ പ്രവർത്തകനാവാൻ കഴിയില്ല എന്നു പറഞ്ഞു. എന്നിട്ടും മത്സരിച്ചതെന്തിനാ?

**എ**നിക്ക് ജനങ്ങൾക്കിടയിൽ പ്രവർത്തിക്കാൻ കഴിയില്ല. വൈകുന്നേരം രണ്ട് വിസ്കി അടിച്ച് എ.സി. റൂമിലിരുന്ന് വിപ്ലവം പറയാനാണിഷ്ടം.

മദ്യപാനം മിതമോ അതോ..?

**ഇ**പ്പോൾ മദ്യപിക്കാത്ത കാലം. ഇനി മൂന്നുമാസത്തേക്കില്ല.

അപ്പോൾ തുടങ്ങും അല്ലേ...?

**തു**ടങ്ങാം.

മാടമ്പിന്റെ ആദ്യകാല വായനയെക്കുറിച്ച് അറിയാൻ താൽപര്യമുണ്ട്?

**വ**ളരെ അപൂർവമായിരുന്നു വായന. 'പാവങ്ങൾ' വായിച്ചിട്ടുണ്ട്. നാലപ്പാട്ടും വള്ളത്തോളും അത് നടന്നുവിറ്റിരുന്നു. പതിനഞ്ചുറുപ്പിക. നാൽപതു പറ നെല്ല് കിട്ടുന്ന കാലം. ഇല്ലത്തും വാങ്ങി ഒരു പുസ്തകം.

പെട്ടെന്ന് തിരക്കഥാകൃത്തായി പേരെടുത്തുവല്ലോ?

**ഞാ**ൻ മിക്കതും വേറാൾടെ കഥയ്ക്കാണ് തിരക്കഥ എഴുതിയിട്ടുള്ളത്. 'കരുണം', 'ശാന്തം', 'ആനന്ദഭൈരവി' ഒക്കെ എന്റേതുതന്നെ.

തിരക്കഥ: മാടമ്പ് കുഞ്ഞുക്കുട്ടൻ, സംവിധാനം: ജയരാജ് എന്നൊരു സമവാക്യമുണ്ടായിരുന്നുവല്ലോ?

**വി**ജയകരമായി നടന്ന സമവാക്യം. മനസ്സിന്റെ ഫ്രീക്വൻസി ചേരും. ജയരാജായാൽ ഡിസ്കഷൻ അരമണിക്കൂർ മതി. കൃത്യം. ജയരാജ് വിചാരിക്കുന്നത് എനിക്ക് മനസ്സിലാവും.

ഇപ്പോൾ ഈ ഒരുമിക്കൽ അധികം കാണുന്നില്ലല്ലോ?

**ഇ**പ്പോഴും രണ്ടാൾടേം മനസ്സിൽ വേണമെന്നുണ്ട്. ഹെവിബജറ്റ് ചിത്രങ്ങൾ എനിക്ക് വഴങ്ങില്ല.

ആദ്യകാലചിത്രങ്ങളുടെ സാംസ്കാരിക പശ്ചാത്തലത്തിൽനിന്ന് ജയരാജ് പിന്മാറുന്നതാണല്ലോ കാണുന്നത്?

**എ**ന്നു തോന്നാം. 'ഗുൽമോഹർ' വന്നല്ലോ. ഞാൻ കണ്ടിട്ടില്ല. എനിക്ക് ഉറപ്പുണ്ട്. ജയരാജ് വീണ്ടും ലളിതമായി കഥ പറയുന്ന രീതിയിലേക്ക് വരും. ഈ ആർഭാടമൊക്കെ മാറും.

മാടമ്പിന്റെ അസാധാരണമായ തിരക്കഥയാണ് 'ആനന്ദഭൈരവി'. നല്ല പ്രമേയം, പക്ഷേ, സിനിമ പരാജയമായി. ഈ പരാജയത്തെ മാടമ്പ് എങ്ങനെ വിലയിരുത്തുന്നു?

**ഒ**റ്റ കാരണമേയുള്ളൂ. മിസ് കാസ്റ്റിംഗ്.

ആ സിനിമയിൽ കോട്ടയ്ക്കൽ ശിവരാമനെ കാസ്റ്റ് ചെയ്തിരുന്നു വെങ്കിലോ?

**വ**ളരെ നന്നാവുമായിരുന്നു.

മാടമ്പ്-ജയരാജ് ഒരുമയെ സവർണതയുടെ തലത്തിൽ വിലയിരുത്തിയുള്ള ചലച്ചിത്രനിരൂപണങ്ങൾ വന്നുവല്ലോ? എന്താണ് അതിനെക്കുറിച്ച് പറയാനുള്ളത്?

**'പൈ**തൃക'വും 'ദേശാടന'വുമൊക്കെ ഉണ്ടാക്കിവെച്ചതാണത്. 'കരുണം' ക്രിസ്ത്യൻ കഥയല്ലേ?

ഈ സവർണത എന്ന ആരോപണത്തിലെ കഴമ്പിനെ എങ്ങനെ കാണുന്നു?

**ഉ**ണ്ടാവും; കുറച്ചൊക്കെ. എനിക്ക് കൈത്തഴക്കവും സ്വാധീനവും സവർണകഥാപാത്രങ്ങളെ കൈകാര്യം ചെയ്യുമ്പോഴാണ്. ഞാനങ്ങനെ ജനിച്ചുവളർന്നതല്ലേ? അതിന്റെ ഹാങ്ങോവർ ഉണ്ടാവും. ഇല്ല എന്നു മേനിപറയാൻ വയ്യ. അധ്വാനിക്കുന്ന ജനവിഭാഗത്തിന്റെ ദത്തുപുത്രനെന്നു പറയാൻ ഞാൻ ഇ.എം.എസ് ഒന്നുമല്ലല്ലോ. ഞാൻ വെറും എം.എസാണ് (മാടമ്പ് ശങ്കരൻ).

മാടമ്പിന് തിരക്കഥ എഴുത്ത് സുഖമാണോ?

**എ**ന്നെ സംബന്ധിച്ച് എളുപ്പമാണ്. നോവലെഴുത്തിന്റെ ടെൻഷനില്ല. ഭാവനാപരമായ വിഷമം തിരക്കഥയ്ക്കില്ല. നോവലാകുമ്പോൾ ഈ വിഷമം ഉണ്ടാവാറുണ്ട്. തിരക്കഥയിൽ ഡയലോഗിലേ ഭാഷ വേണ്ടൂ. വിവരണത്തിൽ ഭാഷ വേണ്ടല്ലോ. അയാൾ പുറത്തേക്ക് എന്നേ വേണ്ടൂ. സംഭാഷണത്തിലേ ഭാഷ മിനുക്കേണ്ടതുള്ളൂ.

തിരക്കഥ എഴുത്തിന് പൂർവമാതൃക വല്ലതും?

**ഇ**ല്ല. നോവലിനുമില്ല.

തിരക്കഥകൾ വായിക്കുക പതിവുണ്ടോ?

**ഒ**ന്നും വായിച്ചിട്ടില്ല. സിനിമ കാണലും കുറഞ്ഞയാളാ. ഒരാളുടേയും തിരക്കഥ മുഴുവനായി വായിച്ചിട്ടില്ല. അതിന്റെ സമ്പ്രദായം മനസ്സിലായാൽ പിന്നെ മെനക്കെടേണ്ടതില്ല.

മാടമ്പ് കുഞ്ഞുകുട്ടൻ ഇപ്പോൾ നടനും കൂടിയാണല്ലോ? അഭിനേതാവിനെ സ്വയം വിലയിരുത്തുന്നതെങ്ങനെയാണ്?

**വ**ന്നുപെട്ടതാണ്. 'അശ്വത്ഥാമാവി'ൽ സുകുമാരനാണ് അഭിനയിച്ചുകൊണ്ടിരുന്നത്. പി.ടി. കുഞ്ഞുമുഹമ്മദും കെ.ആർ. മോഹനും നിർബന്ധിച്ചപ്പോൾ അഭിനയിച്ചുവെന്നു മാത്രം. എനിക്ക് കൃതി മുഴുവൻ അറിയാവുന്നതുകൊണ്ട് എളുപ്പമായി.

അഭിനയിക്കാം എന്ന് ആത്മവിശ്വാസമുണ്ടായിരുന്നുവോ?

**ഉ**ണ്ടായിരുന്നു. ഞാൻ നായകനായി അഭിനയിച്ച 'പരിണാമ'ത്തിന് ഇന്ത്യക്കു പുറത്തുനിന്ന് സ്ക്രിപ്റ്റിന് സമ്മാനം കിട്ടുകയുണ്ടായി.

നല്ലൊരു ഡബ്ബിംഗ് ആർട്ടിസ്റ്റു കൂടിയാണല്ലോ? കഥാപാത്രങ്ങൾക്ക് സ്വന്തം ശബ്ദം നല്കുന്നു. മറ്റു ചിലർക്കും ശബ്ദം കൊടുക്കുന്നു?

**അ**തിന് വലിയ വിഷമം തോന്നിയിട്ടില്ല. ആദ്യകാലങ്ങളിൽ കുറച്ച് ബുദ്ധിമുട്ടുണ്ടായിരുന്നു. ഇപ്പോൾ യന്ത്രം സഹായത്തിനുണ്ടല്ലോ? സംഗതി എളുപ്പമാണ്.

'തോറ്റങ്ങൾ' സീരിയലായപ്പോൾ അഭിനയിച്ചിട്ടുണ്ടല്ലോ. കോവിലന്റെ കഥാപാത്രമായി അഭിനയിക്കുക. നന്നായി എന്നു തോന്നിയോ?

**'തോ**റ്റങ്ങൾ' വള്ളിപുള്ളി അറിയാം. സ്ക്രിപ്റ്റ് ഞാനെഴുതി. അവാർഡും കിട്ടി. അഭിനയിക്കാൻ പരിശ്രമങ്ങളൊന്നും വേണ്ടിവന്നില്ല.

ആനയെ വിശദീകരിക്കുന്ന ടെലിവിഷൻ പരിപാടിയിൽ മാടമ്പ് കുഞ്ഞുകുട്ടൻ ഗജമർമ്മജ്ഞനായി വരുന്നുണ്ടല്ലോ? ആന സ്വാധീനിച്ചതെങ്ങനെയാണ്?

**ഇ**വിടെ ആനയുണ്ടായിരുന്നു. പൂമുള്ളി ആറാംതമ്പുരാന്റെയടുത്ത് മാതംഗലീല പഠിച്ചിട്ടുണ്ട്. ആനയെക്കുറിച്ചുള്ള പരിപാടിക്ക് വിളിച്ചപ്പോൾ ചെല്ലാമെന്നേറ്റു. 222 എപ്പിസോഡ് കഴിഞ്ഞു. രണ്ടെണ്ണമേ വിട്ടിട്ടുള്ളൂ. ഒരൊറ്റ മൃഗത്തിനെപ്പറ്റി ഇത്രയും പറഞ്ഞയാൾ വേറെ ഉണ്ടാകുമോ? ഗിന്നസ്ബുക്കിലൊക്കെ പേരുവരാനുള്ള സംഗതിയാണ്. മറ്റൊരു ദോഷമുണ്ട്. എന്റെ സ്വകാര്യത നഷ്ടപ്പെട്ടു. സ്വകാര്യമായി

ഷാപ്പിൽ പോകാൻ പറ്റാതായി. കുട്ടികളാണ് അധികം തിരിച്ചറിയുന്നത്. സമൂഹത്തിൽ മുഖപരിചയമായി എന്ന ദോഷം മാത്രം ബാക്കി. നടന്റെ ഗ്ലാമറോ കാശോ ഇല്ലാതാനും. “കുലമഹിമ കുരുത്തക്കേടിന്” എന്നപോലെയായി ഈ ‘പരിചയം’. അനാവശ്യമാണത്.

എം.എൽ.എ. ആയി എങ്കിലോ?

**ആ**യിരുന്നു എങ്കിൽ തുടരാൻ പറ്റുമായിരുന്നില്ല. ഞാൻ പാർട്ടി മെമ്പറല്ല. അവരുടെ അച്ചടക്കത്തിനൊന്നും നിൽക്കാൻ പറ്റില്ല. അച്ചടക്കമില്ലാത്ത ശൈലിയാണ് എന്റേത്. ഇല്ലത്തുള്ളവർ പറഞ്ഞതു കേട്ടിട്ടില്ല. എന്നിട്ടല്ലേ പാർട്ടി!

സമൂഹത്തിൽ തിരിച്ചറിയപ്പെടുന്നത് സ്വകാര്യത നഷ്ടപ്പെടലാണെന്ന ഈ സത്യസന്ധത നന്നായി. ഗ്ലാമറിന് മോഹിക്കുന്നില്ല മാടമ്പ്?

**സ**മൂഹത്തിന്റെ തിരിച്ചറിവിലൊന്നും വലിയ കാര്യമില്ല.

ചതുരംഗത്തിൽ ഭ്രമമുള്ള കാലമുണ്ടായിരുന്നുവല്ലോ?

**ഭ്ര**മമൊന്നുമില്ല. എ.എസ്.എൻ. നമ്പീശൻ കളിച്ചിരുന്നു. നന്നായിട്ട്. ആ കാലത്ത് പഠിച്ചതാണ്. പ്രാന്തൻ ചതുരംഗം എന്നൊന്നുണ്ട്.

മാടമ്പ് പണ്ട് ശാന്തിവൃത്തി ചെയ്തിട്ടുണ്ടല്ലോ? മാടമ്പിലെ ശാന്തിക്കാരൻ വിശ്വാസിയായിരുന്നുവോ?

**ഇ**വിടെ വിശ്വാസവും വിശ്വാസമില്ലായ്മയും വിഷയമല്ല. പഠിച്ചതു ചെയ്യുക അത്രയേ വേണ്ടൂ. അതികേമന്മാരായ ഓത്തന്മാർ തൊഴാത്തവരായി ഉണ്ടായിരുന്നു. തൊഴുന്നത് രണ്ടാംതരമായി കണ്ടവർ. അവർക്ക് നിത്യനിദാനം ഓത്താണ് പ്രധാനം. വശാക്കിയത് കബളിപ്പിക്കാതിരുന്നാൽ മതി.

കോവിലൻ ഇല്ലെങ്കിൽ മാടമ്പില്ല എന്ന് സ്വയം നിരീക്ഷിച്ചിട്ടുണ്ടല്ലോ?

**കോ**വിലനാണ് ഗുരു. ആദ്യത്തെ കൃതി കോവിലനെയാണ് കാണിച്ചത്. ചില സജഷൻസ് പറഞ്ഞു. മാതൃഭൂമിയിൽ കൊണ്ടുകൊടുക്കാൻ പറഞ്ഞതും കോവിലനാണ്. നേരെ വാസുദേവൻ നായരുടെ കൈയിൽ കൊടുത്തു. ഒരാഴ്ചയ്ക്കുള്ളിൽ മറുപടി വന്നു.

എം.ടി. വാസുദേവൻ നായരാണ് മാടമ്പിന്റെ ആദ്യത്തെ പത്രാധിപർ അല്ലേ?

**അ**തെ. കാരണം കോവിലനാണ്.

ക്ലാസിക്കൽ കലാതത്പരൻകൂടിയാണല്ലോ മാടമ്പ്. മാടമ്പിലെ ആസ്വാദകനെ അറിയാൻ താത്പര്യമുണ്ട്. പറയൂ?

**ഇ**വിടെ ഞങ്ങളുടെ അമ്പലമുണ്ട്. എടക്കളത്തൂര്‍ ശിവന്റെ എട്ടു ദിവസം ഉത്സവമുണ്ട്. അവിടെ നാല്പതു കൊല്ലം മുമ്പ് കഥകളി കളരിയുണ്ടായിരുന്നു. എന്റെ സ്ഥലത്തുവെച്ചായിരുന്നു ചൊല്ലിയാട്ടം. ഷാരോടി വാസു (വേഷം), സുബ്രഹ്മണ്യൻ (പാട്ട്) തുടങ്ങിയവർ ആശാന്മാരായിരുന്നു. കൊട്ടും പാട്ടുമൊക്കെ ഉറക്കം കളയും. അങ്ങനെ കളി കാണാൻ വശാക്കി. പുലരുംവരെ കളികണ്ടിരുന്നു പണ്ട്. ഇപ്പോൾ പുലരുംവരെ കളിയില്ല. കാറില്ലാത്തവർക്ക് കളി കാണാൻ പറ്റില്ല. എനിക്ക് ക്ലാസിക്കൽ കലകളോടൊന്നും വലിയ താത്പര്യമില്ല. നളചരിതം എം.എച്ച്. ശാസ്ത്രികളുടെ വ്യാഖ്യാനം വായിച്ചിട്ടുണ്ട്. അതാണ് നല്ലത്. സംഗീതത്തിലും വലിയ കമ്പമൊന്നുമില്ല. ഏട്ടൻ ആസ്ത്രേലിയയിൽനിന്ന് പാട്ടു കേൾക്കാൻ ബാംഗ്ലൂരു വരും. കൊട്ടിലും വലിയ താത്പര്യമൊന്നുമില്ല.

സംസാരത്തിൽ നല്ല ഹാസ്യബോധമുണ്ടല്ലോ?

**ജ**ന്മസിദ്ധമാണ്. നമ്പൂരിത്തത്തിന്റെ സ്വഭാവമാണ്. ഗൗരവമായ സംഗതിയാണെങ്കിലും ചിരിക്കാൻ തോന്നുക നമ്പൂതിരിക്ക് സ്വാഭാവികമാണ്.

സാഹിത്യസൗഹൃദങ്ങളോ?

**കോ**വിലനെ നല്ലപോലെ അറിയും. കുഞ്ഞബ്ദുള്ളയെ ത്തിരിഅറിയും. സി. രാധാകൃഷ്ണന്റെ ഒപ്പം കേരളം മുഴുവൻ നടന്നിട്ടുണ്ട്. എല്ലാവരെയും അറിയും. ചിരിക്കും. കണ്ടാൽ ചിരിക്കാനുള്ള പരിചയം പലരുമായിട്ടുണ്ട്. വി.കെ.എന്നുമായി അടുപ്പമായിരുന്നു. ഞാൻ അവിടെ പോകാറുണ്ടായിരുന്നു. വി.കെ.എന്നും ഒ.വി. വിജയനും ഇവിടെ വന്നിട്ടുണ്ട്.

ബഷീറിന്റെ കാര്യത്തിലോ?

**ബ**ഷീർസാഹിത്യം അത്ര തൃപ്തികരമല്ല എനിക്ക്.

തൃപ്തിക്കാരുടെ പട്ടിക പറയൂ?

**കോ**വിലൻ, പുനത്തിൽ കുഞ്ഞബ്ദുള്ള.

പുതിയ എഴുത്തുകാരോ?

**ഞെ**രുക്കണ്ട്.

എന്നാലും മനസ്സിൽ തടഞ്ഞവർ?

**ക**ഷ്ടിയാണ്.

പഴയ തലമുറയിൽപ്പെട്ടവരെ എങ്ങനെ വിലയിരുത്തുന്നു?

**സി.**വി. കൃതികൾ എന്നെ സ്വാധീനിച്ചിട്ടില്ല. എന്നാൽ, എൻ. കൃഷ്ണപ്പിള്ളയുടെ 'പ്രതിപാത്രം ഭാഷണഭേദം' നല്ല പുസ്തകമായി തോന്നി. ചന്തുമേനോന്റെ നോവലുകളും വേണ്ടത്ര ഇഷ്ടമായില്ല. ഉറൂബിന്റെ ചെറുകഥകളും നോവലുകളും നന്ന്. 'സുന്ദരികളും സുന്ദരന്മാരും', 'ഉമ്മാച്ചു', 'അമ്മിണി' ഇവ നല്ല നോവലുകളാണ്. എസ്.കെയെ വായിക്കാൻ സുഖമുണ്ട്. തെരുവിന്റെ കഥ പ്രത്യേകിച്ചും. 'ഖസാക്കിന്റെ ഇതിഹാസ'ത്തിലെ ഭാഷയുടെ ആർദ്രത, ക്രൂരമായ ഫലിതങ്ങൾ, പത്മയുടെ പ്രേമം ഒക്കെ നന്ന്. പുനത്തിൽ കുഞ്ഞബ്ദുള്ളയെയാണ് ആധുനികരിൽ ഇഷ്ടം. ടി.പത്മനാഭന്റെ അമ്പതുകൊല്ലം മുമ്പ് എഴുതിയ കഥകളും ഇപ്പോഴത്തെ കഥകളും തമ്മിൽ ഗുണപരമായ മാറ്റമില്ല. എന്റെ പ്രായക്കാരിൽ മുകുന്ദൻ, സേതു, കുഞ്ഞബ്ദുള്ള. ഇത്രയെങ്കിലും ഓർമ്മിക്കാവുന്ന നോവലിസ്റ്റുകളെ പിന്നെ കണ്ടിട്ടില്ല. സി. ആർ. പരമേശ്വരന്റെ 'പ്രകൃതിനിയമം' നല്ല നോവലാണ്. ടി.ആറിന്റെ കഥകൾ ഇഷ്ടം. ഭ്രാന്തമായ ഭാവനയായിരുന്നു ടി.ആറിന്റേത്. മേതിൽ രാധാകൃഷ്ണനും ഞാനും ഒരുമിച്ച് എഴുതിത്തുടങ്ങിയവരാണ്. നല്ല ബുദ്ധിമാൻ. നല്ല ഇംഗ്ലീഷ്. വത്സലയുടെ നോവലുകളും വലിയ കുഴപ്പമില്ല. ചിലരെ വായിച്ചു മുഷിഞ്ഞിരിക്കുമ്പോഴാണ് നേരിൽ കാണുക. അപ്പോൾ ഏറെ മുഷിയും.

മാടമ്പിന്റെ അഭിപ്രായത്തിൽ ഉയർന്നുനിൽക്കുന്ന എഴുത്തുകാർ ആരെല്ലാമാണ്?

**വി.**കെ.എന്നിനെ പറയാം. വി.കെ.എന്നിന്റെ എഴുത്തിനോടെന്ന പോലെ ആ വ്യക്തിയോടും ഇഷ്ടമായിരുന്നു. ഇന്റലക്ചൽ ജയന്റ് എന്നു വിശേഷിപ്പിക്കാം. ബുദ്ധിയുള്ളയാളായിരുന്നു. ബുദ്ധി

ജീവിയായി നടക്കുകയായിരുന്നില്ല. കാക്കനാടനും സി.വി. ശ്രീരാമനും വി.കെ.എന്നുമൊക്കെയായി തൃശൂരിൽ ഒരുമിച്ചിട്ടുണ്ട്.

മലയാളത്തിലെ പുതിയ കവിതകൾ ശ്രദ്ധിക്കാറുണ്ടോ?

**ഒ**രു രക്ഷയുമില്ല.

നിരൂപണത്തിന്റെ മേഖലയോ?

**കെ.**പി. അപ്പന്റെ, ആ മഹാനിരൂപകന്റെ എഴുത്ത് എനിക്ക് ആസ്വാദ്യകരമല്ല. പലരുടെയും മലയാളഭാഷതന്നെ എനിക്ക് പറ്റില്ല. 'സ്വന്തം ഇച്ഛയ്ക്കനുസരിച്ച് സ്വീകരിച്ചോളുക" തുടങ്ങിയ ശൈലി ഇഷ്ടമല്ല. നേരേ പറഞ്ഞാൽ പോരേ. കെ.സി. നാരായണൻ, എം.ആർ. ചന്ദ്രശേഖരൻ എന്നിവരുടെ നല്ല ഗദ്യമാണ്. എനിക്ക് സമ്മതം. ശുദ്ധമായ മലയാളം എഴുതുക ഞെരുക്കമാണ്. മലയാളത്തിൽ നല്ല വിമർശകർ കുറവാണ്. ആഷാമേനോന്റെ ഒരു പുസ്തകത്തിന് ഞാൻ ആസ്വാദനം എഴുതിയിട്ടുമുണ്ട്.

മാടമ്പിന്റെ തട്ടകം ഏതാണ്? ചെറുകഥയോ നോവലോ തിരക്കഥയോ?

**നോ**വൽ.

മാടമ്പ് കുഞ്ഞുകുട്ടൻ എന്ന നോവലിസ്റ്റ് എന്നു കേൾക്കുന്നതാണ് സുഖം അല്ലേ?

**സം**ശല്യ.

ഇപ്പോൾ ഒരു നോവലെഴുതുന്നുണ്ടല്ലോ? അതിനെക്കുറിച്ച് പറയൂ?

'**ആ**ര്യാവർത്തം' എന്നാണ് പേര്. രണ്ടായിരം കൊല്ലത്തെ കഥയാണതിൽ. നാലുകൊല്ലംകൊണ്ട് എഴുതിത്തീർക്കാനാണ് ആലോചിക്കുന്നത്. 'ത്രിവിഷ്ടപം' എന്നാണ് ആദ്യത്തെ അധ്യായത്തിന്റെ പേര്. ഈ നോവൽ കഴിഞ്ഞാൽ പെട്ടിവെച്ചു കളിയാവാം.

മാടമ്പിന് എഴുത്തുജീവിതം തൃപ്തികരമാണോ?

**എ**നിക്ക് എഴുത്തുജീവിതമില്ല. അടിസ്ഥാനപരമായി ഞാൻ എഴുത്തുജീവിതക്കാരനല്ല. ബേസിക്കലായി കൃഷിക്കാരനാണ്. ഇപ്പോൾ കൃഷി ചെയ്യാറില്ല. എഴുത്ത്, എഴുത്തുകാരൻ, നടൻ ഒക്കെ പിന്നീട്

വന്നതാണ്. ഞാൻ ബാലപംക്തികളിലൊന്നും എഴുതിയിട്ടില്ല. കൂമ്പാള കാര്യസ്ഥത ഉണ്ടായിട്ടില്ല എന്നർത്ഥം. ഇരുപത്തിയെട്ടു വയസ്സിലാണ് എഴുതാൻ തുടങ്ങിയത്.

ഈ സംഭാഷണം ബോധിച്ചുവോ?

**ചൊവ്വ**ല്ലൂർ കൃഷ്ണൻകുട്ടി പറയാറുള്ള ഒരു സംഭവമുണ്ട്. അദ്ദേഹം ഒരു കൊട്ടുകാരനെ ഇന്റർവ്യൂ ചെയ്യാൻ പോയി. എന്താണെന്നുവെച്ചാൽ ചോദിച്ചോളാൻ പറഞ്ഞു കൊട്ടുകാരൻ. കൃഷ്ണൻകുട്ടി ചോദിച്ചു: ഈ ചെണ്ടക്കുറ്റി പലതും പല അളവിലാണല്ലോ? എന്താണ് അങ്ങനെ? കൊട്ടുകാരൻ പറഞ്ഞു: "അത് അങ്ങനെയാണ്. പലതും പല അളവിലാണ്. ചോദിച്ചോളൂ ചോദിച്ചോളൂ. ഈ കച്ചയുടെ വലുപ്പത്തിനൊക്കെ ഒരു കണക്കില്ലേ? എന്താണ് ആ കണക്ക്?" കൃഷ്ണൻകുട്ടി ചോദിച്ചു. കണക്കില്ലെന്നോ, കണക്കേയുള്ളൂ. കച്ചക്കൊക്കെ ഒരു കണക്കുണ്ട്. ചോദിച്ചോളൂ ചോദിച്ചോളൂ. ഉത്തരംകിട്ടാതെ ചോദിച്ചോളൂ ചോദിച്ചോളൂ എന്ന സമ്മതം മാത്രം കിട്ടി കൃഷ്ണൻകുട്ടി മടങ്ങി. ഇത് അങ്ങനെയായില്ല. ഇതും പറഞ്ഞ് നിറുത്താം.

■